మనోప్రస్థానం

(కవితాసంపుటి)

పాలాని సోమరాజు

రోదసి పబ్లికేషన్స్, కాకినాడ

మనోప్రస్థానం

RODASI PUBLICATIONS

***

**MANOPRASTHAANAM (Poetry in Telugu)
By: PALANI SOMARAJU**

Cover Design by: Makineedi Surya Bhaskar

***

Published and distributed by :
RODASI PUBLICATIONS, #8-22-17/11, F6-Vijaya Towers, Datlavari St., Gandhinagar, Kakinada-533004, AP, INDIA
and
POTTER'S WHEEL PUBLISHING HOUSE
MINNEAPOLIS MN 55378
www.POTTERSWHEELPUBLISHING.com

All rights reserved:
© 2023 PALANI SOMARAJU
No part of this publication may be reproduced, stored in a retrieval system, or transmitted, in any form or in any means – by electronic, mechanical, photocopying, recording or otherwise – without prior written permission, except as permitted by U.S or Indian copyright law.
For permissions contact:
Palani Somaraju (M): +917981152261 / +919440179164
e-mail: palanisomaraju@rediffmail.com

Palani Shashi Kiran: e-mails: shashipalani@gmail.com
info@POTTERSWHEELPUBLISHING.com

ISBN-13: 978-1-950399-17-8
ISBN-10: 1-950399-17-6

మనోప్రస్థానం

డాక్టర్ బాబు ఆర్ వడ్లమూడి, MD

(Specialist in Psychiatry - Detroit, Michigan, USA)

నా చిరకాల మిత్రుడు, ప్రఖ్యాత మానసిక వైద్యుడు, డాక్టర్ వడ్లమూడి బాబూ రాజేంద్ర ప్రసాద్ గారికి...
"మనోప్రస్థానం" అనే శీర్షిక గల ఈ కవితాసంపుటిని...

ఒక చిరు కానుక గా

సౌహార్ద పూర్వకంగా సమర్పిస్తున్నాను.

--- పాలాని సోమరాజు

ముందుగా నా మాట

నేను చదువుకునే రోజుల్లో కన్యాశుల్కం, రక్త కన్నీరు వంటి సాంఘిక నాటకాలు, నాటికలు మంచి ప్రాచుర్యంలో ఉండేవి. ఇవి తెలుగు ప్రేక్షకుల్ని బాగా ప్రభావితం చెయ్యడంతో సాంఘిక నాటకాల్ని ప్రోత్సహించడానికి కళాభిమానులు, వ్రాయడానికి రచయితలు, పౌరాణిక నాటకాల్లో అనుభవముండి కొత్త దనాన్ని కోరుకునే దర్శకులు, ఇంకా నాటకాల్లో పాల్గొనడానికి నటన, సంగీతం, నృత్యం, మేకప్, రంగాలంకరణకు సంబంధించిన అనేక మంది ఔత్సాహిక కళాకారులు ముందుకు వచ్చారు. అప్పట్లో సాంఘిక నాటక కళా పరిషత్తులు విరివిగా జరిగేవి. ఈ నేపథ్యంలో నేను నాటకాల్లో నటించటం తోబాటు నాటికలు నాటకాలు రాయటం, మావూరిలోని కొందరు ఔత్సాహిక కళాకారులను కూడగట్టుకుని స్థానికంగా జరిగే నాటిక, నాటక పోటీల్లో పాల్గొనడం జరిగింది. నా రచనా వ్యాసంగం అలా ప్రారంభమైంది.

తర్వాత నేను కాకినాడలో ఇంజినీరింగ్ కోర్సు చదువుతున్నపుడు, మా కాలేజీకి అతి దగ్గరలో ఉన్న రంగరాయ వైద్య కళాశాలలో వైద్య విద్యనభ్యసిస్తున్న వడ్లమూడి బాబూ రాజేంద్ర ప్రసాద్ గారితో పరిచయమయింది. ఆయనకు కూడా తెలుగు సాహిత్యం పట్ల ఆసక్తి ఉండేది. అప్పుడప్పుడు కొన్ని కవితలు రాస్తూండేవారు. ఆ రోజుల్లో కాకినాడ టౌన్ హాల్లో సాహిత్య

సభలు, కవి సమ్మేళనాలు జరిగేవి. స్థానికంగా ఉన్న ప్రఖ్యాత కవులు, రచయితలు... గొప్ప గొప్ప కవి శ్రేష్ఠులను, పేరొందిన రచయితలను ఆహ్వానించి, సన్మానించేవారు. ఆ సభలకు రాజేంద్ర ప్రసాద్ గారితోబాటు నేను కూడా హాజరయ్యేవాణ్ణి. దాంతో నాకు గేయ రచనపై కూడా ఆసక్తి కలిగింది.

తర్వాత రాజేంద్ర ప్రసాద్ గారు యూ.ఎస్.ఏ లో పై చదువులు పూర్తి చేసి, అక్కడే, ప్రముఖ మానసిక వైద్యునిగా పేరు పొంది, వైద్య వృత్తిలో స్థిరపడడం... చదువైన తర్వాత నేను ఉద్యోగ విధుల్లో తలమునకలై ఉండడం... వల్ల, నా రచనావ్యాసంగం తగ్గు ముఖం పట్టిందనే చెప్పాలి. ఉద్యోగం నుండి రిటైరయ్యాక, నేను అప్పుడప్పుడు రాసిన కవితల తో పాటు మరికొన్నిటిని రాసి మనోప్రస్థానం అనే ఈ వచన కవితల సంపుటిని వెలువరించడం జరిగింది.

ఈ సంపుటిలో ఇంచు మించుగా వ్యక్తిత్వ వికాసానికి సంబంధించిన కవితలే ఎక్కువగా ఉన్నాయి. అందువలన ఈ పుస్తకానికి మనో ప్రస్థానం అనే శీర్షిక సరిగ్గా సరిపోయింది అనుకుంటున్నాను. సాధారణ పాఠకుల కోసం ప్రతి కవిత క్రింద ఆ కవిత యొక్క సారాంశం ఇవ్వ బడింది. ఎవరైనా ఒక వ్యక్తికి గాని, వ్యక్తులకుగాని అన్వయించి చెప్పడం ద్వారా, చెప్పాలనుకున్న విషయాన్ని సూటిగా చెప్పడానికి వీలవుతుంది. అందుకే, ఈ కవితలలో “నువ్వు, నీ, నేను, నా,

మనము, మా" అనే పదాలు వాడటం జరిగింది. అంతేగాని వాస్తవంలోని ఏ ఒక్కరిని ఉద్దేశించి కాదు.

ఈ కవితలు... ప్రతి వ్యక్తికీ తన భవితవ్యాన్ని నిర్ధారించుకునే శక్తి తనలోనే ఉంటుందని, ప్రతి క్షణంలోనూ అతని మస్తిష్కం లో మెదిలే అతని ఆలోచనలు, అతను చేసే చేష్టలే అతని జీవన విధానాన్ని నిర్ధారిస్తాయని చెపుతాయి. ఎల్లప్పుడూ మనం చేసే ఆలోచనలు... ఉన్నతమైన ధనాత్మక దృక్పథం కలవి గా ఉండాలని, చేసే ప్రతి కార్యాన్ని నిస్సంకోచంగా, నిస్వార్ధంగా నిర్వర్తిస్తే విజయం తథ్యమని ఎలుగెత్తి చాటుతాయి.

ఒకప్పుడు నాకు గేయ రచనపై ఆసక్తిని కలుగజే సిన నా చిరకాల మిత్రుడు, డాక్టర్ వడ్లమూడి బాబూ రాజేంద్ర ప్రసాద్ (యూ.ఎస్.ఎ) గారికి మనస్ఫూర్తిగా ఈ కవితాసంపుటిని ఒక చిరు కానుకగా సమర్పిస్తూ, నా కృతజ్ఞతలు తెలియజేస్తున్నాను.

ముఖ్యంగా, ఈ కవితా సంపుటికి అద్దంపట్టే, చక్కటి కవర్ డిజైన్ ను సమకూర్చిన ప్రఖ్యాత కవి, చిత్రకారుడు, శ్రీ మాకినీడి సూర్య భాస్కర్ గారికి, హృదయ పూర్వక కృతజ్ఞతలు తెలియజేస్తున్నాను.

నా స్క్రిప్ట్ ను ముందస్తుగా ఆసాంతం చదివి, తమ అమూల్యమైన అభిప్రాయాలను వ్యక్తపరిచి, నన్ను ప్రోత్సహించిన డాక్టర్ శేరు పోలయ (పారిస్ నగరం, ఫ్రాన్స్), డాక్టర్ కే.జి.వేణు (విశాఖపట్నం), డాక్టర్ కే.జె.రావు (హైదరాబాద్), గార్లకు హృదయ పూర్వక కృతజ్ఞతలు తెలియజేస్తున్నాను.

నాకు అడుగడుగునా ప్రోత్సాహమిచ్చి, ఈ కవితలను చదువరుల ముందుంచడానికి దోహద పరచిన, మా అబ్బాయిలు శశి కిరణ్, రవి కిరణ్ లకు, నా బావ మరిది... అంతకు మించి మంచి స్నేహితుడు కూడా అయిన శ్రీ పినిశెట్టి వీరభద్రరావుకు... అలాగే డిజిటైజ్డ్ స్క్రిప్ట్ ను ఫార్మెట్ చెయ్యడమే కాకుండ, తగిన తోడ్పాటు ప్రోత్సాహాన్నీ అందించిన నా సోదరుల తనయులు పురుషోత్తం రావు, గౌతమ్ లకు... అలాగే వారందరి కుటుంబ సభ్యులకు... ఈ సందర్భంగా, సంతోషంతో నా హృదయ పూర్వక ఆశీస్సులు తెలియజేస్తున్నాను.

ఈ పుస్తకం లోని అనుబంధ పేజీలను ప్రస్తుత ప్రమాణాలకు అనుగుణంగా సవరించటంలో శ్రీ సిరిల్ ముకలేల్ (యు.ఎస్.ఏ) తనకున్న అనుభవంతో... నాకు తగిన సలహాలు ఇచ్చినందుకు, వారికి నా హృదయ పూర్వక కృతజ్ఞతలు.

నా ఈ కవితాసంపుటిని పాఠకులు సహృదయం తో ఆదరిస్తారని విశ్వసిస్తున్నాను.

... పాలాని సోమరాజు

***

సహృదయుల అభిప్రాయాలు

డాక్టర్ కే. జి. వేణు (విశాఖపట్నం)
[ప్రొఫెసర్ ఇన్ కెమిస్ట్రీ (Rtd.), కవి, రచయిత, విమర్శకుడు, రంగస్థల నటుడు, దర్శకుడు.]

శ్రీ సోమరాజు రచించిన "మనో ప్రస్థానం" కవితాసంపుటిని సంపూర్ణంగా చదివాను. నాకు చాలా సంతృప్తిని కలిగించింది. ఈ సంపుటి లోని "ముందుగా నా మాట" చదివాక, రచయిత మంచి నాటక ప్రియులన్న సంగతి తెలిసి, నాటక రంగానికి చెందిన నేను చాలా ఆనందపడ్డాను. ఒకప్పటి కళా ఖాండాలయిన కొన్ని నాటకాలు ఈ రచయితను ప్రభావితం చెయ్యటం, సాహిత్యం తో వారికి కలిగిన పరిచయం, స్నేహితుల ప్రోత్సాహం లాంటి సంగతులన్నీ చాలా ఆసక్తికరంగా ఉన్నాయి. 26 కవితలున్న ఈ సంపుటి లో "పగటి కలలు కనడం నాకొక హాబీ" అంటూ మొదటి కవిత ప్రారంభమవుతుంది. పాఠకుడు చదవడం మొదలు పెట్టిన తరువాత చివరి దాకా ఈ సంపుటి చదివిస్తుంది. "నిన్నటి ఆలోచనలు నీ వర్తమానం, నేటి భావనలు నీ భవితవ్యం" ఇలా ఎన్నో అద్భుతమైనటువంటి భావాల్ని వారి కవిత్వంలో నేను గమనించాను. ఇందులో ప్రతి మనిషీ ఒక పాత్రధారుడే. చాలా చోట్ల మనిషి నైజం చాలా సహజంగా చిత్రీకరించబడింది. వారు ఎంతో ఇష్టపడి రాసిన ఈ కవిత్వంలో చాలా సాహిత్య విలువలు ఉన్నాయి. పాఠకుడిని ఆలోచింప చేసే రీతిలో వారు సంధించిన ప్రశ్నలు చాలా విలువైనవి. మానవత్వ ఉద్దీపన కోసం వారు చేయమన్న

తిరుగుబాటు చాలా హర్షించదగినది. ఎన్నో కవితల్లో సూచనలు, సలహాలు, సూక్తులు స్నేహితుల్లాగా పలకరిస్తుంటాయి. పుస్తకం చదవడం పూర్తి అయ్యాక ఒక మంచి పుస్తకాన్ని చదివానన్న తృప్తి కలిగింది. అందుకు ఈ రచయితను హృదయ పూర్వకంగా అభినందిస్తున్నాను.

ముందు ముందు మరెన్నో ఉత్తమమైన కవితాసంపుటాలు వారి కలం నుండి రావాలని మనసారా కోరుకుంటున్నాను.

***

డాక్టర్ కే. జె. రావు (హైదరాబాద్)
(డాక్టర్ అఫ్ ఆర్ట్స్, కలం పేరు జగన్మిత్ర, రచయిత, కవి, విమర్శకుడు.)

బట్టలు తొడుక్కున్న వేమన వారిలా... సమాజ హితం కోరుతూ... సమాజం గాడిలో పడితే బాగుండునని ఆశ పడుతూ... పాలాని వారు, "మనోప్రస్తానం" లో రాసుకున్న అక్షర మాలికలు చాలా బావున్నాయి.

***

మనోప్రస్థానం

వరుస సంఖ్య	ఇందులోని కవితలు	పేజి సెం.
1	మనోప్రస్థానం	1
2	కిటుకంతా...	13
3	తిరుగుబాటు	16
4	ఆవిష్కరం	20
5	ఆహ్! ఈ భావన!	23
6	పొత్తు	27
7	సమస్య	30
8	విజేత	35
9	మార్పు	38
10	ప్రతిన	42
11	అస్త్రం	44
12	ప్రకృతి మాత ఒడిలోకి...	47
13	నేటి సూక్తి	50
14	శాంతి రాగం	53
15	నమ్మకం	58
16	ప్రకృతీ! నీకోక ప్రశ్న!	61
17	సుందర భవితకు స్వాగతం!	65
18	ప్రకృతిలో ఓ పిసరంత...!	69
19	తస్మాత్ జాగ్రత ! జాగ్రత !!	73
20	గుప్త నిధి	76
21	సంతృప్తి	80
22	సుహృద్భావం	83
23	మోక్షం	87
24	జరిగేదంతా మన మంచికే	90
25	బ్రహ్మ రథం	94
26	మరో భాష్యం	97

మనోప్రస్థానం

పగటి కలలు కనడం నాకొక హాబీ.

మెలుకువలో ఉండి కూడా కలలోకి జారుకుంటాను.

ఉన్న పళంగా ఆకాశంలో తేలుకుంటూ పోతాను...

ఎక్కడికి పోవాలనుకుంటే అక్కడికి.

ప్రయాణ రుసుము లేదు.

పాస్ పోర్టు వీసా తతంగాలతో పని లేదు.

ఒకనాడు... నేను...

అలా గాలిలో తేలి, మాఇంటి పై భాగాన ఆగాను.

క్రిందకు పరిశీలనగా చూశాను.

మా అమ్మ... నాన్న.... అన్న... చెల్లి...

ఒకసారి అందరూ నా కళ్ళ ముందు మెదిలారు.

ఎంత చక్కటి అనుబంధం మాది!

ఎన్ని మరపు రాని క్షణాలు గడిచాయి మా మధ్య!

మనోప్రస్థానం

చిన్న చిన్న మనస్పర్ధలు కోప తాపాలు లేకపోలేదు.

అప్పుడవేమీ మనస్సులో చొరబడ లేదు.

ఈసారి ఇంకా పైకెగిరాను.

మా ఊరంతా కనిపించింది.

మా గ్రామస్థులందరూ...

ఎవరి తాపత్రయాల్లోవారున్నారు.

నాకు ఉత్సాహం పెల్లుబికింది.

ఆకాశంలో ఇంకా పైకి పోవడం మొదలెట్టాను.

అలా పైపైకి పోతుంటే...

నాదృక్పరిధి ఇంకా విశాలమవుతూ వచ్చింది.

ఈ దేశం... ఈ ఖండం...

చివరికి ఈ భూగోళమంతా...

కనిపించేటంత ఎత్తుకు చేరాను.

ఈ భూగోళం... ఎంత అందంగా వుంది!

అందుకే కాబోలు,

ఎవరికి దొరికినంత వారాక్రమించుకున్నారు.

సరిహద్దుల్లో ముళ్ళ కోరళ్ళు వేసి,

వాటిని కాపాడు కునేటందుకు...

కాట్లాడు కుంటున్నారు.

ఆ తర్వాత... నేను గ్రహాంతరాల్లోనికి...

తారాయూటమి ఇంకా చేరని,

సుదీర్ఘాకాశం లోనికి చేరాను.

విశ్వాంతరాళమంతా కనిపించింది.

ఈ అనంత విశ్వంలో...

భూగోళం ఎంత చిన్నది!

ఎంతో శక్తిగల టెలిస్కోపుతో చూసినా...

ఒక నలుసులా... కనిపించీ కనిపించనట్లున్నది.

నేను... ఆ నలుసు పై నివసించే,

ఒక సూక్ష్మాతిసూక్ష్మ జీవినా?

ఎంత విడ్డూరం!

అట్లాంటి నాకు... నాలాంటి వాళ్ళకు,

అదే నలుసు పై జీవించే,

కోటానుకోట్ల మానవాళికి మధ్య...

ఎందుకో... అనేక విభేదాలు,

ఎడ ముఖం... పెడ ముఖం...

రోషం.... ద్వేషం...

స్వార్థం... సంకుచిత తత్వం...

విచారం... భయం....

దౌర్జన్యం... దగా....

ఇంకా... అనేకానేక సమస్యల వలయాలు.

ఎంత ఆలోచించినా ఈ సమస్యలకు,

పరిష్కార మార్గాలు గోచరించడం లేదు.

ఈ విశ్వాంతరాళంలో ఇంకా...

మరికొన్ని కాంతి సంవత్సరాల అవతలకి...

ప్రయాణించి ఆగాను.

ఎటు చూసినా నిర్మానుష్య నిశ్శబ్ద శూన్యావరణం.

ఏదీ... జీవకళలు ఉట్టిపడే భూగోళం కనిపించదేం?

సఖ్యత లేని మనుషుల పై అలిగి,

కనుమరుగయిపోయిందా?

"ఓ మనిషీ!

ఎందుకు నీకు నువ్వే శత్రువవుతున్నావు?"

అని నిలదీసినట్లనిపించింది.

నా మనస్సు ఆ ప్రశ్నకు సమాధానంకోసం,

శోధించ సాగింది.

ఏవేవో ఆలోచనలు...

నా మస్తిష్కంలో చొరబడుతూనే వున్నాయి.

వాటన్నిటి సారాంశం   ఒక్కటే...

“మనిషి ఆలోచనా విధానం లో మార్పు రావాలి” అని.

ఒకరిద్దరిలో కాదు...

సమస్త మానవాళి ఆలోచనాసరళి లో,

మనోప్రస్థానం

సమగ్రమైన మార్పు అవసరం.

ఈ లక్ష్య సాధనకై మనందరి లోనూ...

మానసికమైన విప్లవం రావాలి.

ఆ విప్లవానికి మారణాయుధాలతో పనిలేదు

మనసులుంటే చాలు,

మమతలుంటే చాలు,

ప్రతి మనిషికి తనపైన...

తోటి మానవుని పైన...

కొండంత నమ్మకముంటే చాలు.

సమస్త మానవాళి విలీన సాధనే లక్ష్యంగా...

ప్రగాఢమైన దీక్షతో కూడిన,

ప్రయత్నముంటే చాలు.

వసుధైక కుటుంబానికి...

ప్రపంచ శాంతికి...

పునాది వేసినట్టే!"

ఇలా ఏవేవో ఆలోచనలు,

పుంఖానుపుంఖాలుగా వస్తూనే వున్నాయి.

అంతలో ఏదో కలకలం...

పగటి కల చెదిరింది.

తిరిగి నేను బాహ్య ప్రపంచంలో పడ్డాను.

కలలో నేను కన్న దృశ్యాల్ని,

నాలో ఉదయించిన ఆలోచనల్ని,

ఒకసారి నెమరు వేసుకున్నాను.

"ఈ పగటి కల ద్వారా అవగతమైన

మనో విప్లవం సాధ్యమేనా?" అని

నా మనస్సు పదే పదే ప్రశ్నించింది.

సాధ్యాసాధ్య వితర్కానికి దిగేకంటే...

గమనించాల్సిన విషయం ఒకటుంది.

మరి ఈ పగటికలే కదా...

గొప్ప మనో విశ్లేషణకు,

నాంది పలికింది!

మరి ఈపగటి కలేకదా...

నా హృదయ కుహరంలో,

చిన్న దివిటీని వెలిగించింది!!

మనో విప్లవంతో మానవాళి సమస్తం...

వసుధైక కుటుంబమై...

ఒకరికొకరు తలలోని నాల్కలై...

కలిసి మెలిసి బ్రతికే రోజొకటి...

తప్పక వస్తుందని...

ఈ పగటి కలేకదా,

నాలో ఒక దృఢమైన విశ్వాసాన్ని నింపింది!!!

ఆ దిశగా నావంతు కృషి చేస్తూ

ఆరోజు కోసం ఎదురు చూడడమే

ఇప్పుడు నేను చెయ్యి వలసిన పని.

***

సారాంశం: ఇది ఒక స్వాప్నికుని పగటి కల. పాస్ పోర్టు, వీసా, ప్రయాణ రుసుములతోనూ... ఏ ప్రయాణ సాధనం తోనూ పనిలేకుండానే అతను భూమిపైనుంచి ఆకాశానికి ప్రయాణానించ సాగేడు. పైకి వెళ్తూ వెళ్తూ క్రింద తన ఇంట్లో ఉన్న కుటుంబ సభ్యులను చూసాడు. వారితో గడిపిన మధుర క్షణాలను గుర్తు చేసుకున్నాడు. తర్వాత పచ్చని పొలాలు, వృక్ష సంపద తో నిండిన తన గ్రామమంతా కనిపించేలా ఇంకా పైకెగిరి, తమ తమ పనుల్లో నిమగ్నమై ఉన్న తన గ్రామస్థులందరిని ఉత్సాహంతో పరికించాడు. గగనంలో ఇంకా పైకి పోతూ, ఈ దేశాన్ని... ఈ ఖండాన్ని... చివరికి ఈ భూగోళాన్నంతటినీ వీక్షించాడు. అతనికి ఈ భూగోళం... ఆకాశానికి ఓ సుందర నీలాభరణం లాగా కనిపించింది. "అందుకేనేమో, ప్రజలు ఎవరికి దొరికినన్ని ప్రదేశాలను వారాక్రమించుకుని, వాటిని కాపాడుకొనేందుకు, పరస్పరం పోట్లాడుకుంటున్నారు" అనుకున్నాడు. ఇంకొంత దూరం ప్రయాణించి చూస్తే, భూగోళం ఒక నలుసులా కనిపించింది. "ఈ అనంత విశ్వంలో భూగోళం ఒక నలుసు మాత్రమేనా? అటువంటి

నలుసు పై జీవించే సూక్ష్మాతి సూక్ష్మ జీవులలో ఒక రకమైన... కోటానుకోట్ల మానవాళికి ఎందుకో ఈ అంతర్గత విభేదాలు, సమస్యలు, పోట్లాటలు?" అనుకున్నాడు.

ఇంకా గ్రహాలన్నిటినీ దాటి అవతలకు పోయి చూస్తే, ఆతనికి భూగోళం కనిపించలేదు. "జీవ కళలు చిందించే భూమాత కనిపించుటలేదేమిటి? సఖ్యత లేని మనుష్యులపై అలిగి కనుమరుగైపోయిందా?" అనే ప్రశ్నలు అతనిలో తలెత్తాయి. ఇంకా కొన్ని కాంతి సంవత్సరాల పాటు ప్రయాణించాడు. ఆ విశ్వాంతరాళం లో ఎటు చూసినా నిర్మానుష్యం, నిశ్శబ్దం, శూన్యావరణం.... దూర తీరాల్లో మిణుకు మిణుకుమంటున్న తారా కూటములు తప్ప భూమాత జాడలేదు. మనుషుల మధ్య సఖ్యత కొరవడినందుకు కోపగించి, అదృశ్యమై పోయిందేమో! భూమాత "ఓ మనిషీ! ఎందుకు నీకు నువ్వే శత్రువవుతున్నావు?" అని మానవుణ్ణి నిలదీసి అడిగినట్లతనికి అనిపించింది. ఈ సమస్యకు పరిష్కార మార్గం కోసం అన్వేషిస్తూ, ఆ స్వాప్నికుడు ఆలోచనలో

పడ్డాడు. ఎన్నో పరిష్కార మార్గాలు అతని మస్తిష్కం లో చొర బడ్డాయి. వాటన్నిటి సారాంశం ఒకటే... "మనిషి ఆలోచనావిధానంలో మార్పు రావాలి. అటువంటి మార్పు ఒకరిద్దరిలో మాత్రం వస్తే సరిపోదు. సమస్త మానవాళి ఆలోచనాసరళి లో సమగ్రమైన, మానసికమైన విప్లవం వచ్చిన నాడే ఈ సమస్యకు ఒక పరిష్కార మార్గం దొరుకుతుంది. అంటే మనోవిప్లవం రావాలి. ఆ విప్లవానికి మారణాయుధాలతో పనిలేదు. మనసులుంటే చాలు... మమతలుంటే చాలు... ప్రతి మనిషికి తన పైన, తోటి మనిషి పైన గట్టి నమ్మకముంటే చాలు... ప్రపంచ శాంతి సాధనే ధ్యేయంగా గట్టి ప్రయత్నముంటే చాలు. వసుధైక కుటుంబానికి పునాదిరాయి వేసినట్టే" అని.

ఏవేవో శబ్దాలు వినపడటంతో అతని పగటి కల చెదిరింది. తిరిగి వాస్తవ ప్రపంచం లోనికి వచ్చి పడ్డాడు. ఈ పగటి కల లో తనలో ఉదయించిన ఆలోచనలను ఒక సారి పునశ్చరణ చేసుకున్నాడు. "సర్వ జన మానసిక విప్లవం... సాధ్యమేనా?" అని తనలోతాను ప్రశ్నించుకున్నాడు.

"సాధ్యాసాధ్యాల గురించి ఆలోచించేకంటే, ఈ పగటి కలే కదామానసిక విప్లవం తో మానవ జాతి సమస్తం వసుధైక కుటుంబమై కలిసి మెలిసి బ్రతికే రోజొకటి తప్పక వస్తుందనే దృఢమైన విశ్వాసాన్ని నాలో నింపింది!" అని తనలో తాను విశ్లేషించుకున్నాడు. "ఆ దిశగా నా వంతు కృషి చేస్తూ, ఆ రోజు కోసం ఎదురు చూడడమే ఇప్పుడు నేను చెయ్యవలసిన పని" అనే సంకల్పం అతని గుండె లోతుల్లో అంకురించింది. . ఇదీ, ఈ కవిత లోని సారాంశం.

***

కిటుకంతా....

నిన్నటి ఆలోచనలు... నీ వర్తమానం.

నేటి భావనలు... నీ భవితవ్యం.

నేస్తం !

నీ హోరోస్కోప్ నువ్వే వ్రాసుకుంటున్నావు,

ఊహల గంటంతో.

విధాతనెందుకు నిందించడం...

కిటుకంతా నీలోనే వుంటే ?

చేతనైతే ఓ పని చెయ్యి.

నీ మనో ప్రవృత్తినొకమారు,

అంజనం వేసి చూసుకో.

ఋణాలన్నిటినీ ఏరిపారేసి,

వాటి స్థానే మరిన్ని ధనాల్ని చేర్చు.

నీలో పాతుకు పోయిన

మనోప్రస్థానం

సంకుచిత తత్వాన్ని...

ఆమూలాగ్రం పెరికేసి,

ఆలోచనాలోలకాన్ని...

ఆకాశమంత ఎత్తుకు పోనియ్.

నీ లక్ష్యం వైపు నిస్సంకోచంగా పయనించు.

ఫలితం నిక్కచ్చిగా నీ సొంతం.

నమ్ము నేస్తం!

ఆర్కిమిడీసు సూత్రం ఎంత నిజమో...

ఇదీ అంత నిజం!

***

సారాంశం: "మనిషి యొక్క ఆలోచనా విధానమే, అతని జీవిత గమనాన్ని నిర్దేశిస్తుంది" అనే అంశాన్ని ఈ కవిత తేట తెల్లం చేస్తుంది. నిన్నటి ఆలోచనలు అంటే మనిషి గతంలో చేసిన ఆలోచనలు అని అర్ధం చేసుకోవాలి. ఆ ఆలోచనల ఫలితమే అతని యొక్క వర్తమానంగా రూపు దిద్దుకుంటుంది.

అలాగే నేటి భావనలు... అంటే గతంలో చేసిన ఆలోచనలకు వర్తమానంలోని ఆలోచనలు తోడై, ఆ మనిషియొక్క భవితవ్యాన్ని శాసిస్తాయి. అంటే నీ భవిష్యత్తుకు మూలం నీ ఆలోచనా విధానమే కానీ, నీ నుదుటి వ్రాత కాదు" అని ఈ కవిత నొక్కి వక్కాణిస్తుంది.

"మనిషి ఎప్పటికప్పుడు, తన ఆలోచనల యొక్క తీరు తెన్నుల్ని విశ్లేషించుకుని, ఋణాత్మకమైన ఆలోచనలను తన మనస్సు నుంచి తొలగించాలి. వాటికి బదులు ధనాత్మకమైన ఆలోచనలకు స్వాగతం పలికి, తనలో అప్పటికే స్థిరపడి ఉన్న ఆ తరహా భావనలకు జత చేయాలి. అంతే కాకుండా... ఆత్మ న్యూనతాభావంతో తనను తాను కించ పరచుకోకుండా... ఉన్నతమైన ఆలోచనలతో ఆత్మ స్థైర్యంతో తన లక్ష్య సాధనకు నడుం కడితే, ఫలితం తప్పక దక్కుతుంది. ఆర్కిమిడీసు సూత్రం ఎంత నిజమో ఈ సూచన కూడా అంత నిజం" అని ఈ కవిత చెపుతున్నది.]

***

తిరుగుబాటు

గతం లోని నీలి నీడల్ని…

నీ మనోఫలకం పై నిక్షిప్తం చేసి,

వాటితో నిరంతరం సతమతమౌతూ,

నీ జ్ఞాన గ్రంథులనన్నిటినీ,

అవే ఊహలతో పూడ్చేస్తే,

ఔన్నత్యపుటాలోచనలు

అంకురించడానికి అచట చోటేదీ ?

నీ మనసును క్రమ్మిన…

ఆ నీలి నీడల వలయాలను,

ఛేదించే వరకు

నువ్వు ఒక్క అడుగు కూడా…

ముందుకు వెయ్యలేవు.

కనుక…

మనోప్రస్థానం

నీకుగాని... నీచుట్టూ ఉన్న

సమాజానికిగాని,

రవ్వంత మేలుచెయ్యని

ఆ తిరోగమనపుటాలోచనలపై...

తిరుగుబాటు చేసి,

నీ మనోక్షేత్రాన్ని,

బంధ విముక్తను చెయ్యి.

నిర్మలమైన ఆక్షేత్రంలో...

రేపటి వికాసానికి పునాది వేసే,

సరికొత్త భావాలను తొలకరింపనీ!

అవి మొలకలై... చిలువలూ పలవలై,

మానవతను ఉద్దీపింపజేసే కల్ప తరువులై,

నీలో మూర్తీభవించనీ!!

నిన్ను ప్రగతి పథం వైపు మరల్చనీ!!!

***

సారాంశం: కొందరు గతంలో తాము ఎదుర్కొన్న కష్టాలను పదే పదే తలుచుకుంటూ కుమిలిపోతూవుంటారు. అందువలన వర్తమానంలో కూడా శాంతిని కోల్పోతూవుంటారు. ఇక ఈ జీవితం ఇలాగే కడతేరాల్సిందేనని బాధ పడిపోతుంటారు. ఎల్లప్పుడూ విషాదం లో విహరించటం వల్ల ముమ్ముందు మంచి జరిగి, తాము బాగుపడతాము అనే మంచి ఆలోచనలు వారి దరిచేరవు. ఎందుకంటే వారి మనోక్షేత్రాలు ఆ కష్టాల తాలూకు చెడు ప్రభావం తో నిండి పోయి, ఉన్నతమైన ఆలోచనలు అంకు రించటానికి అక్కడ చోటు ఉండదు. ఇంకా వివరంగా చెప్పాలంటే మనస్సు ఒక కంప్యూటర్ లాంటిది అనుకుంటే,... దానిలో చొప్పించే ప్రోగ్రాం దోష రహితమైనది అయితే, మనం ఏ ప్రయోజనం పొందటం కోసం ఆ ప్రోగ్రాం ని వ్రాసేమో, అది నెరవేరుతుంది. అలాకాకుండా ఆ ప్రోగ్రాం లో వైరస్ చేరి, దాన్ని దోష భూయిష్టం చేస్తే ఆశించిన ప్రయోజనం చేకూరదు. సూక్ష్మంగా ఆలోచిస్తే ఇదీ అంతే! అందువలన గతం లోని చేదు అనుభవాలను మనసుల్లోంచి తీసెయ్యాలి. అలా చేస్తే, తప్పకుండా మనసులు నిర్మలమై, శాంతి

చేకూరుతుంది. అప్పుడు వారి మనసులు సుక్షేత్రాలై, వాటిలో మంచి తలపులు అంకురించడానికి అనువుగా సిద్ధమౌతాయి. అంకురించిన ఆ ఉన్నతమైన తలపులు చిలవలు పలవలుగా విస్తృతమై, కల్ప తరువులా ఎదిగి, ప్రశాంతతను చేకూర్చి, అనుకున్న ప్రయోజనాలు చేకూరటానికి బాటవేస్తాయి. ఇదీ ఈ కవిత విశదీకరిస్తున్న వాస్తవము.

***

ఆవిష్కారం

నీ బాహ్య రూపాన్ని...

మనోహరమైన విగ్రహంగా మలిచేందుకు,

ఉన్నారు చేయి తిరిగిన శిల్పులెందరో !

కాని...

నీ మనో విగ్రహాన్ని,

మహోన్నతంగా మలచగల శిల్పివి...

నీవొక్కడివే !

ఎందుకు దాన్ని వికృతం చేస్తావు ?

నీ మనోరూపాన్ని...

అందంగా... ఆహ్లాదకరంగా... ఉత్తమోత్తమంగా

తీర్చి దిద్దుకోవాలని నీకనిపించడంలేదూ ?

అయితే... ఎందుకీ జాగు ?

దృఢ సంకల్పంతో...దాని పునరుద్ధరణకై,

మనోప్రస్థానం

సాగు మునుముందుకు.

తొలుత... నీ మనస్సును

కబళించిన కాలుష్యాన్ని తొలగించి,

అమృతంతో ప్రక్షాళించు.

పరివర్తన అనే ఉలితో...

అందంగా మలిచి,

వ్యక్తిత్వ వికాసాన్ని నింపే...

వంపు సొంపులన్నిటినీ జోడించు!

అలా పునీతమై,

నవోన్నతంగా మూర్తీభవించిన,

నీ మనోవిగ్రహాన్ని...

మేళ తాళాలతో ఘనంగా ఆవిష్కరించు!!

అందరి అభ్యుదయానికై శ్రమించు!!!

***

సారాంశం: "మనిషి, ఇతరుల వల్ల ప్రభావితుడు అవ్వడానికి ఆస్కారం ఉంది కానీ, తన స్వభావాన్ని తాను మాత్రమే సంస్కరించుకోగలడు" అని చెపుతున్నది ఈ కవిత.

"ఒక మనిషి యొక్క శరీరాకృతిని, శిల్పి తన నైపుణ్యంతో చక్కని విగ్రహం గా మలచ గలడేమో కానీ, అతని మనస్సును మహోన్నతంగా తీర్చి దిద్దలేడు కదా! అలా తీర్చి దిద్దుకోగలిగినవాడు తానొక్కడే! కనుక ఇక తాత్సారమెందుకు? మనసులో పేరుకు పోయిన నిరాసక్తత అనే కాలుష్యాన్ని ముందు తొలగించాలి. వ్యక్తిత్వాన్ని వికసింపజేసే వంపు సొంపులతో ఆ మనస్సును చక్కగా తీర్చి దిద్దాలి. అలా పరివర్తన చెంది, ఉన్నతంగా పరిణతినొందిన తన మనస్సును, ఆ వ్యక్తి అందరి అభ్యుదయానికై పాటు పడటం కోసం ఘనంగా ఆవిష్కరించాలి" అంటున్నది ఈ కవిత.

***

ఆహా! ఈ భావన!

ఈ గాలి మనది.

ఈ నేల మనది.

ఈ జలం మనది.

చెట్లు మనవి.

భూగోళమంతా మనది.

ఈ గోళంపై పుట్టి పెరిగిన...

మనుషులందరూ మనవారు.

మనవారైన వారందరూ...

మనకు మిత్రులే కదా!

అందుచేత మనకు మిత్రులేగాని...

శత్రువులు లేరు.

ఆహా! ఈ భావన!

మన స్మృతి పథం నుంచి,

శత్రువు అనే పదాన్ని,

నిష్క్రమింపజేసింది.

మనోప్రస్థానం

ఈ భావన...

మన చిత్తాల్లో స్థిరపడితే,

అంతకు మించిన ఆనందం,

మరెక్కడుంటుంది!

గ్రహాలన్నీ మనవి.

తారలన్నీ మనవి.

తారామండలాలు మనవి.

ఆకాశం మనది.

భూ నభోంతరాల్లో...

ఉన్న క్షేత్రాలన్నీ మనవి.

అందరూ మనకు మిత్రులై,

ఆ క్షేత్రాలన్నీ మనవైనప్పుడు

మనది కానిదేదీ లేదు.

మనది అయినదేదీ,

మనకు మిత్ర క్షేత్రమే కాని,

శత్రు క్షేత్రం కాదు.

మనోప్రస్థానం

ఆహ్! ఈ భావన!

మన మనస్సులకు,
ఎంత ప్రశాంతతనిచ్చింది!

ఈ భావన...

మన మదిలో స్థిరపడితే,
అంతకు మించిన సౌఖ్యం,
వేరే ఇంకేముంటుంది!!

అందరమూ మిత్రులమై
అన్నీ మిత్ర క్షేత్రాలై
ఈ విశ్వమంతా మనదైనప్పుడు...
మనకు లేనిదేదీ లేదు.

అన్నీ ఉన్న మనలో,
పరితాపానికి చోటు లేదు.

ఆహ్! ఈ భావన!

దు:ఖం నుంచి మమ్మల్ని,
విముక్తులను చేసింది.

మనోప్రస్థానం

ఇటువంటి భావనలు...

మన అందరి అంతరంగాల్లో స్థిరపడి,

మనమందరం కలిసి మెలిసి జీవిస్తే,

అంతకు మించిన స్వర్గం,

మరెక్కడుంటుంది!!!

***

సారాంశం: ఈ ప్రపంచంలోని మనుషులందరూ "మనమందరం మిత్రులమే, క్షేత్రాలన్నీ మిత్ర క్షేత్రాలే" అని భావించి, ఆ భావనను తమ స్మృతి పథంలో నిక్షిప్తం చేసుకున్నప్పుడు, వారికి మిత్రులే గాని శత్రువులు ఉండరు. అప్పుడు ప్రతి వ్యక్తి యొక్క పరితాపాలు, అశాంతి దూరమౌతాయి. ఇటువంటి భావనల తో అందరూ కలిసి మెలిసి జీవిస్తే ఈ ప్రపంచం స్వర్గ తుల్యమౌతుంది అనేదే ఈ కవిత యొక్క సారాంశం. ఈ కవిత లో ఇదే విషయాన్ని కవిత్వ ధోరణిలో విశదీకరించటం జరిగింది.

***

పొత్తు

ప్రతి ఒక్కడు తనకు తాను మంచి వాడే.

అందరికీ మంచి వారు అరుదు.

అందరికీ చెడ్డ వారూ అరుదే.

చాలామంది...

కొందరికి మంచి వారు,

మరికొందరికి చెడ్డ వారు.

కాని...

నిజానికి... అందరూ మంచి వారే!

మనిషికి మనిషే అర్థం కాక,

చిత్తాల్లో పొత్తసేది లేక,

భావాల్లోసారూప్యం కరువై,

మంచికి... మంచికి అంతరమేర్పడి,

ఒకరికి ఒకరు చెడ్డ వారుగా...

మిగిలి పోయారు... మురిగి పోయారు.

కాని... నిజానికి అందరూ మంచి వారే!

భావోద్భవములో.... భావ గ్రాహములో...

భావ ప్రకటన లో... భావ ప్రసరణ లో...

భావ వివరణలో.... భావ వితరణలో"...

ఇతరుల పలుకులనాలకించుటలో...

బీటలు లేని స్వచ్ఛత నిండితే,

మనసుల మధ్య మలినం వీడి,

ఎదలు ఎదలతో విలీనమైతే...

అందరికీ... అందరూ మంచి వారే!

నిజంగా... అందరూ మంచి వారే!!

***

సారాంశం: ప్రతి వ్యక్తి తనకు తాను మంచివాడిననే అనుకుంటాడు. కానీ అందరిచేత తాను మంచివాడిగా పరిగణింపబడలేడు. అలాగని అందరిచేత తాను చెడ్డ వాడిగానూ చూడబడడు. అంటే మనుషులు తమలో కొందరికి మంచివారిగానూ మరికొందరికి చెడ్డ వారిగానూ పరిగణింపబడతారు.

ఈ విచక్షణకు గల కారణాలు ఈ కవిత లో క్రింది విధంగా విశ్లేషించబడ్డాయి.

- ఒక వ్యక్తి మరొక వ్యక్తిని సరిగ్గా అర్థం చేసుకోలేక పోవటం...
- ఇరు పక్షాల మనసుల్లో సారూప్యం లేక పొత్తు కుదరకపోవటం...
- ఒకరి మంచితనానికి మరొకరి మంచితనానికి మధ్య భేదం ఏర్పడటం వల్ల, ఒకరికి మరొకరు చెడ్డ వారిగా కనపడి, అభివృద్ధికి నోచుకోలేకపోవటం...
- భావం స్వచ్ఛముగా ఉత్పన్నం కాక పోవటం...
- ఒకరు వ్యక్తం చేసిన భావాన్ని మరొకరు సమగ్రంగా అర్థం చేసుకోలేక పోవటం...
- భావాన్ని సరిగా వ్యక్త పరచలేక పోవటం...
- భావాన్ని తగిన విధంగా ప్రసారం చేయలేక పోవటం...
- భావాన్ని విడమరిచి చెప్పలేక పోవటం...
- భావం లోని మంచి చెడులను విశ్లేషించక పోవటం ...
- ఒకరు చెప్పిన దానిని మరొకరు సరిగ్గా ఆలకించక పోవటం...

పైన ఉదహరించిన లోపాలను సవరించుకోగలిగితే, మనుషులలో అభద్రతా భావం తొలగి, అందరి హృదయాల్లో సారూప్యం చేకూరి, అందరికీ అందరూ మంచివారవుతారు. ఎందుకంటే నిజానికి అందరూ మంచివారే కనుక !!

***

సమస్య

సమస్యలెన్నో చుట్టుముడతాయి,
పని కట్టుకుని ఉడుం పట్టు పడతాయి.
కదలనంటాయి... వదలనంటాయి...
చీటికి మాటికి చికాకు పెడుతూ,
నరకాన్ని చూపెడుతుంటాయి.
మనిషి మనిషికో స్వంత సమస్య,
మనిషికి మనిషికి మధ్య సమస్య,
జాతికి జాతికి మధ్య సమస్య,
మతాల మధ్య మరో సమస్య,
ప్రాంతాలమధ్య...దేశాల మధ్య...
కొలిక్కి రాని సమస్యలెన్నో!
సమస్య లేని బ్రతుకే లేదా?
సమస్య రాని చోటే లేదా?
సమస్య తొలగే చిట్కా లేదా?
అనే ప్రశ్నలు సూటిగ వేస్తే,

సమస్య తో సహచర్యంతప్పదు,

చావు తోనే తొలగు సమస్య...

చావే దానికి సమాధానమను,

నిరాశా వాదం వినిపిస్తున్నది.

అదే నిజమని నమ్మి మనుటలో

సృష్టికి అర్థం లేనే లేదు.

మనుగడకు పరమార్థం లేదు.

ప్రతి సమస్యకో మూల కారణం,

ప్రతి సమస్యకోపరిష్కారము,

ఉండి తీరాలి... ఉండి తీరాలి...

ఎక్కడో... దాగుండి ఉండాలి.

ముసలానికి, అసలు మూలమేమిటో...

ఓర్పుతో, నేర్పుగ కనిపెట్టాలి.

సమస్య ఎంతటి జటిలమైనా...

పరిష్కరణకు నడుం కట్టాలి.

సమిష్టి కృషితో...సంయమనంతో...

సంస్కరణ కోదండమెత్తాలి.

శక్తి యుక్తులతో అన్వేషించి,

ఉక్కు సంకెలను నిర్మూలించి,

చిక్కు ముడుల లంకెలను విప్పాలి.

సమస్యకు వీడ్కోలు చెప్పాలి.

అప్పుడు...

సమస్యలనేవి ఉండవు...ఉండవు.

బ్రతుకు భారము కానే కాదు.

విశ్వంలో ఏ మూల వెదకినా,

స్వర్గధామమను చోటే తప్ప,

సమస్య అను ఒక మాటే ఉండదు!

సమస్యలే ఇక ఉండవు ఉండవు!!

పరిష్కారం లేని సమస్య,

విశ్వం లోనే ఉండదు ... ఉండదు.

***

సారాంశం: ఏ సమస్యకైనా ఒక మూల కారణం ఉంటుంది. ఆ కారణాన్ని పసికట్టగలిగినప్పుడు, ఆ సమస్యకు పరిష్కారం లభించినట్టే.

సమస్యల బారిన పడని వ్యక్తులుండరు. ప్రతి మనిషికీ తనకు మాత్రమే పరిమితమైన సమస్యలుంటాయి. అలాగే మనిషికీ మనిషికీ మధ్య.... వర్గానికీ వర్గానికీ మధ్య... మతానికీ మతానికీ మధ్య... ఒక దేశానికీ మరొక దేశానికీ మధ్య... ఇలా ఒక కొలిక్కి రాకుండా అనేక ఏళ్ల తరబడి నానుతున్న సమస్యలెన్నో ఉంటాయి.

అయితే ఈ సమస్యల తాలూకు చేదు ప్రభావాన్ని భరిస్తూ బ్రతకవలసిందేనా? సమస్య లేని చోటే లేదా ఈ ప్రపంచంలో? సమస్యల్ని మటుమాయం చేసే చిట్కాలేమీ లేవా? ఇటువంటి ప్రశ్నలు తలెత్తినపుడు, "మనిషి తన తనువును చాలించటంతోనే సమస్యలు తీరుతాయి తప్ప, అప్పటి వరకు మనిషికి ఏవేవో సమస్యలు ఉంటూనే ఉంటాయి" అనే నిరాశావాదం ప్రజల్లో వినిపిస్తూనేవుంటుంది. అదే నిజమనుకుంటే ఈ సృష్టికి ఒక అర్థం అంటూ ఉండదు. కొందరికి బ్రతుకే వ్యర్థమనికూడా అనిపిస్తుంది.

ఇక్కడ గమనించాల్సిన విషయమొకటుంది. సమస్యఉత్పన్నం కావడానికి కారణమంటూ ఒకటి ఉంటుంది. ఆ కారణం ఓ పట్టాన బయట పడదు. ఆ మూల కారణాన్ని ఓర్పు వహించి తెలివితేటలనన్నిటినీ ఉపయోగించి కనిపెట్టాలి. సమస్య ఎంత క్లిష్టమైనది అయినప్పటికీ... సమిష్టిగా కృషి చేసి, నిగ్రహం వహించి, ఆ సమస్యకు దారితీసిన పరిస్థితులను గ్రహించి, వాటిని చక్కదిద్దాలి.

అలా చేస్తే సమస్యలనేవి సంభవించినా బ్రతుకు భారం కాకుండా వాటినుంచి విముక్తి పొంద వచ్చును. కనుక పరిష్కారం లేని సమస్యలు ఈ విశాల విశ్వం లోనే ఉండవన్నదే ఈ కవిత యొక్క సారాంశం.

***

విజేత

ఓ మనిషీ! నువ్వు...

జీవన అర్ణవాన్ని ఈదుతున్నప్పుడు...

గెలుపు అనే కెరటాలు,

నిన్ను ముందుకు నెడతాయి.

ఓటమి అనే కెరటాలు,

నిన్ను వెనక్కి లాగుతాయి.

గెలుపుకి కారణం...

నీ గొప్పతమనమని మురిసిపోతావు.

ఓటమి కి కారణం...

ఇతరులేనని నిందలు వేస్తావు.

నీ గెలుపుకి కారణం నువ్వైతే...

నీ ఓటమికీ... నువ్వే కారణం కాదా?

నువ్వు నిజంగా విజేతవైతే...

నీ ఓటమికి కారణాన్ని,

నీ పైనే ఆపాదించుకుంటావు.

నువ్వు నిజంగా విజేతవైతే...

కడగండ్లు ఎదురైనా కృంగిపోవు.

విజయాన్ని చవి చూచి పొంగిపోవు.

నువ్వు నిజంగా విజేతవైతే...

స్వవిమర్శతో నీలోని లోపాలను,

అనునిత్యం అన్వేషిస్తావు.

వాటిని సవరించుకుంటూ...

దిన దిన ప్రవర్ధమానుడవై,

దిగంతమంత ఎత్తుకు ఎదుగుతావు!

***

సారాంశం: జీవన సమరంలో గెలుపు ఓటములు సహజం. మనిషి.. గెలుపును చవి చూసినపుడు, అది తన గొప్పతనం వల్లే చేకూరిందని చాటుకుంటాడు. కానీ తాను ఓటమికి పాలైనప్పుడు మాత్రం అది ఇతరుల కుయుక్తి వల్ల జరిగిందని వారిపై నిందలు వేస్తాడు. తన గెలుపుకు కారణం తానే అనుకున్నపుడు, తన ఓటమికి కూడా కారణం తానే అని అనుకోడు.

మనిషి నిజంగా తన జీవితంలో విజేతగా నిలవాలంటే

తనకు ఎలాంటి కష్టాలొచ్చినా క్రుంగి పోడు. తాను ఎంతటి మహత్తర విజయాలు చవి చూసినా పొంగి పోకుండా ఎల్లప్పుడూ నిగర్విగానే ఉంటాడు. ఎల్ల వేళలా తన లోపాలను తానే అన్వేషించుకుని, సరిదిద్దుకుంటూ జీవనం సాగిస్తాడు. అలాంటి వారు దినదిన ప్రవర్ధమానులై గొప్ప వ్యక్తులుగా రాణిస్తారు.

***

మార్పు

ఈ ప్రపంచంలో...

ద్వేషానికి లోనవని వ్యక్తి ఎవరైనా వుంటే...

ఆ వ్యక్తి కూడా,

ప్రపంచ వింతల్లో ఒకటనుకోవాలి.

నాలోనూ ద్వేషం రగులుతున్నది.

ఏ ఒక్కరిపైనా... ఇద్దరిపైనా... కాదు,

నన్ను వంచించిన వారిపైన...

నేనంటే గిట్టని వారిపైన...

నా ప్రగతికి అడ్డుపుల్ల వేసిన,

ప్రతి ఒక్కరి పైన...

నాకు విపరీతమైన ద్వేషం.

నాలోని ద్వేషానికి కారణమైన వారిని,

నాశనం చెయ్యాలని,

నా మనస్సు ఘోషిస్తూనేవుంటుంది.

ఎంత సంబాళించుకుందామన్నా...

మనోప్రస్థానం

నావల్ల కాదనిపిస్తుంది.

మరి ఏంచెయ్యాలి?

దీర్ఘంగా ఆలోచించాను.

నా అంతరంగాన్ని,

అనేకవిధాల ప్రశ్నించాను.

పరిష్కార మార్గాలకై శోధించాను.

శోధించగా...శోధించగా...

నా అంతరంగం ఇలా సూచించింది.

"నీలోని ద్వేషాన్ని...

మార్పు అనే రసాయనం తో మిలాయించి,

పరివర్తన అనే సహాయకారిని చేర్చి,

అనురాగంగా...

రూపాంతరం చెందనియ్యి.

ఈ మార్పు సుసాధ్యం కాదు.

కాని... అసాధ్యం మాత్రం కానే కాదు.

ఎందుకంటే ఈ మార్పు కై నువ్వు...

ఎవరిపైనా ఆధారపడనక్కర లేదు.

ఇది పూర్తిగా...

నీ మనో పరిధిలోనున్న అంశం."

నా అంతరంగం సూచించిన,

ఈమార్పును సాధించడానికి

తక్షణం... ఒక యజ్ఞం లాంటి

మానసిక ప్రయోగం చెయ్యటమే

ఇప్పుడు నేను చేయ వలసిన పని!

***

సారాంశం: ప్రతి మనిషి, ఏదో ఒక సమయంలో ఎంతో కొంత పరిమాణంలో ద్వేషానికి లోనవుతాడు. తనను మోసగించిన వారిపైనా, తనంటే పొసగని వారిపైనా, తన ఎదుగుదలను అసంబద్ధంగా అడ్డుకునేవారిపైనా, ద్వేషాన్ని పెంచుకుంటాడు. ఏదో విధంగా అటువంటి వారిని కోలుకోలేని విధంగా దెబ్బ తీయాలని అతని మనస్సు అతనిని తొందర పెడుతూ ఉంటుంది. ఎంత సముదాయించుకుందామని అనుకున్నా అతనికి సాధ్యం కాదు.

అలాంటి ద్వేషానికి లోనయిన ఒక వ్యక్తి, ద్వేషమనేది ఒక మానసిక అనారోగ్యమని గుర్తించి, ఆ జాడ్యానికి పరిష్కార మార్గాల కోసం వెదుకుతాడు. ఆలోచించగా ఆలోచించగా అతనికి ఒక రసాయన క్రియ లాంటి పరిష్కార మార్గం గోచరించింది. అదేమిటంటే, ద్వేషాన్ని, మరో విధంగా మార్పు చెయ్యటం. ద్వేషం అనేది మనసుకు సంబంధించిన విషయమే కనుక, ఈ మార్పు తన మనసు తోనే సాధ్యమని అతని అంతరంగం సూచించింది. తను మనసులోనున్న ద్వేషాన్ని అనురాగంగా పరివర్తన చెందనివ్వాలి. అది చెప్పినంత తేలికైన పని కాదు గాని అసాధ్యం మాత్రం కానే కాదు.. అలా పరివర్తన చెందడానికి ఎడతెగని ప్రయత్నం తప్పనిసరిగా చెయ్యాలి. ఈ మార్పుకు తాను ఎవరిపైనా ఆధార పడనక్కర లేదు. అది పూర్తిగా తన మనసు మీద ఆధారపడి, తన స్వంత పరిధిలోనున్న అంశం. తన అంతరంగం సూచించిన ఈ మార్పును... యజ్ఞం లాంటి ఒక మానసికమైన ప్రయోగం చేసి, సాధించటమే తన తక్షణ కర్తవ్యంగా పెట్టుకున్నాడు. మనస్పూర్తిగా చేసిన ఏ ప్రయత్నమైనా, విజయవంతమౌతుందని మనకు చరిత్రచెప్పిన సత్యం.

***

ప్రతిన

క్రొత్త నీటి ప్రవాహానికి ఎదురొడ్డి,

వరి మొలకలు తొలకరించినట్లు...

తొలకరి జడి వాన అలజడిని తట్టుకొని,

లేలేత లతాపుంజాలు జలకాలాడినట్లు...

చిరు గాలి తాకిడికి నిలువరించుకొని,

పూరెమ్మలు సుతారంగా నాట్యమాడి నట్లు...

సమస్యల వలయాలు చుట్టు ముట్టినపుడు,

వీగి పోకుండా...

ఇనుమడించిన ధైర్యంతో...

మనో నిబ్బరంతో...

వాటిని ఛేదించి,

విజయ కేతనం ఎగరేస్తాను.

***

సారాంశం: ఆకు మడులకు కొత్త నీటిని విడిచిపెట్టినపుడు, ఆ మడులలో తొలకరించిన వరి మొలకలు ఆ నీటి ప్రవాహానికి కొట్టుకొని పోకుండా ఎదురొడ్డి నిలిచినట్లుగా..., లేలేత లతలెన్నో, తొలకరి జడివాన చేసే అలజడికి తట్టుకొని జలకాలాడిన విధంగా..., చిరు గాలులు వీచినపుడు, వాటి తాకిడికి పూరెమ్మలు రాలిపోకుండా సుతారంగా నాట్యమాడిన తీరుగా..., తనచుట్టూ సమస్యలు... వలయాల్లా కబళించినపుడు, వీగిపోకుండా, రెట్టింపు ధైర్యంతో... మనస్సును దిటవు చేసుకుని, ఆ సమస్యలను అధిగమించి, విజయ చిహ్నామైన పతాకాన్ని ఎగురవేస్తానని ఒక ఆదర్శ వాది చేసిన ప్రతిజ్ఞ ఈ కవితలో చోటు చేసుకుంది.

"యోగ్యమైన ప్రతిజ్ఞ మనిషిని తన లక్ష్యం వైపు, గాఢమైన దృష్టి సారింపజేసి, నిర్మలమైన మనస్సుతో, కార్యోన్ముఖుణ్ణి చేస్తుంది" అని ఈ కవిత యొక్క సారాంశం.

***

అస్త్రం

అసలు సిసలైన అస్త్రం...

అణు బాంబుల్లోవుందా?

అసలు సిసలైన అస్త్రం...

ఖండాంతర క్షిపణుల్లోవుందా?

"అవును" అని ఎవరైనా అంటే...

నేను ఏకీభవించలేను.

కర్రల్ని రాపాడిస్తే...

నిప్పు రవ్వలు ఉద్భవించినట్లు,

కండల్ని కరిగిస్తే...

ఘర్మజలం పెల్లుబుకుతుంది.

ఆ ఘర్మజలం...

చిరు జల్లులై... సెలయేరులై...

సుడి గుండమై... పెను సంద్రమై...

సునామీయై పొంగి,

ఉవ్వెత్తున ఉరికినపుడు...

అదీ అసలు సిసలైన అస్త్రం!

సౌర కిరణాల కేంద్రీకరణంతో ...

అగ్ని ఆవిర్భవించినట్లు.

ఘోర దీక్షాజనితమైన,

జనగణాల గర్జనలు ఒక్కటై...

శత కోటి శంఖారావాల ఝుంకారమై,

భీకర వజ్రాయుధాల్లా... రూపాంతరం చెంది,

కాంతి వేగాన్ని మించి,

దిక్కులు పిక్కటిల్లేలా

సంఘటితమై విజృంభిస్తే...

అదీ అసలు సిసలైన అస్త్రం!

***

సారాంశం: "ఖండాంతర క్షిపణులు ఆటం బాంబులు గొప్ప అస్త్రాలు" అనే వాదనతో ఏకీభవించక, ఏవి గొప్ప అస్త్రాలో ఈ క్రింది విధంగా వ్యక్త పరుస్తుందీకవిత.

ఎండు కర్రల్ని రాపాడించి నిప్పును తయారు చేశారు ఆదిమ మానవులు. అలాగే మానవులు తమ కండలు కరిగేలా శ్రమిస్తే... వారి శరీరం నుండి చిందిన చెమట జల్లులన్నీ ఏకమై, సెలయేరులై, వడి వడిగా ప్రవహిస్తున్నపుడు, సుడిగుండాలేర్పడి, గొప్ప సముద్రంగా సంఘటించి ఆ సముద్రంలో సునామీ ఏర్పడి, ఉప్పెనగా నిలువెత్తుగా పొంగి, ఉరికితే.... అదీ గొప్ప అస్త్రం ! అలాగే... సూర్య కిరణాలు కేంద్రీకృతమై, అగ్ని ఆవిర్భవించినట్లుగా... కఠోర దీక్షా జనితమై... లెక్కకు అలవి కాని జన గణాల గర్జనలన్నీ ఏకమై, వందల కోట్ల శంఖాలు పూరించగా ఏర్పడే భీకర ధ్వనిగా మారి, భయంకరమైన వజ్రాయుధంగా రూపాంతరం చెంది, దిక్కులన్నీ పిక్కటిల్లి, మారుమ్రోగేలా కాంతి వేగాన్ని మించి విరుచుకు పడితే, అదీ అన్నిటికన్నా గొప్ప అస్త్రం !!" జన గణాల కఠోర దీక్షకు అంతటి శక్తి కలదని ఈ కవిత యొక్క సారాంశం.

మనోప్రస్థానం

ప్రకృతి మాత ఒడిలోకి...

తన్మయత్వంతో కోకిలలు...

సుస్వరాలు ఆలపిస్తున్నపుడు,

వికసిస్తున్న కుసుమాలు...

తమ రెమ్మల సువాసనలతో,

తుమ్మెదలను

మరులు గొలుపుతున్నపుడు,

మంచు బిందువులు లేలేత ఆకులపై

సేద దీరి... ముత్యాల్లా మెరుస్తూ...

క్రిందికి జాలువారుతున్నపుడు,

బంగరు రంగు తో మురిపిస్తూ...

వరిచేలు కోతకొచ్చినపుడు,

పరువు కొచ్చిన మధుర ఫలాలు...

ఘుమాయిస్తూ నోళ్ళూరిస్తున్నపుడు,

నేను ఆనందంతో పిల్లి మొగ్గలేస్తూ...

కూనిరాగాలు తీస్తున్నపుడు,

ఓ ప్రకృతి మాతా!

నన్ను నీ ఒడిలోకి రప్పించుకో.

***

సారాంశం: కోకిలలు వీనుల విందుగా పాడుతున్నప్పుడు, పువ్వులు చూడ ముచ్చటగా వికసించి తమ సువాసనలు వెదజల్లి, తుమ్మెదలను ఆకర్షిస్తున్నప్పుడు, మంచు బిందువులు ముత్యాల్లాగా మెరుస్తూ లేత లేత ఆకులపై సేద దీరి, ఒక్కొక్క బిందువుగా తమాషాగా క్రిందికి జారుతున్నప్పుడు, బంగారు రంగుతో కోతకొచ్చిన వరిచేలు ముచ్చటగొలుపుతున్నప్పుడు, పరువుకొచ్చిన తీయని పండ్లు ఘుమాయించి నోరూరిస్తున్నప్పుడు... ఈ సంకేతాలు ప్రజా వాహిని యొక్క సర్వ సమృద్ధికీ ఆనందానికీ సంకేతాలు కాబట్టి, అటువంటి రంగుల కల నెరవేరి, తాను కూనిరాగాలు తీస్తూ సంతోషంగా పిల్లిమొగ్గలేస్తున్నపుడు... ప్రకృతి మాత లో

ఐక్యమవ్వాలని ఆకాంక్షించే ఆశావాది కథనాన్ని ఈ కవిత వ్యక్తం చేస్తుంది.

ప్రజలు తమ జీవిత కాలంలో శోకాలకు తావు లేని ఆనందమయమైన ప్రపంచాన్నిచూడాలని ఈ కవిత యొక్క అంతరార్థం.

***

నేటి సూక్తి

నువ్వు నడిచే బాటలో...

అనురాగ సుధలే నిండనీ!

నువ్వు మసలే చోట...

చిరు నవ్వులే భాసిల్లనీ!

నువ్వు పలికే మాట...

తేట తేనెలా రుచియించనీ!

నీశ్రమ... నీకృషి ...

పది మందికీ వెలుగివ్వనీ!

చెలిమి... సద్భావమందున,

శాంతమున్నది... సౌఖ్యమున్నది!

సత్యము... సౌజన్యమందున ,

శ్రేయమున్నది... సేవమున్నది!

స్వఛ్ఛమైన మనసులోన,

దిట్టమైన ఎడద లోన,

సర్వ జన సహ జీవనమ్మున,

తృప్తి కోకొల్లలున్నది!

జాతి మత కుల వర్గ భేదములేల

మనకిక, అడ్డు తొలగక!

సర్వ మానవ జాతి ఒకటిగ

కలయుటే... ఈనాటి నీతి!

విశ్వ మానవ శాంతికై...

శ్రమియించుమనుటే... నేటిసూక్తి

***

సారాంశం: అనురాగాలు, చిరునవ్వులు, సుభాషితాలు అందరి జీవితాల్లో భాగమవ్వాలి... ప్రతి మనిషి యొక్క కృషి ద్వారా లభించిన సత్ఫలితాలు అందరికీ మంచిని కలుగజేయాలి... స్నేహం సద్భావనలు, ఎక్కడ ఉంటాయో అక్కడ శాంతి సౌఖ్యాలు ఉంటాయి... నిజం పలకటంలోనూ, ఒకరికొకరు తోడ్పడటంలోనూ... క్షేమం, ఆనందం దాగి

మనోప్రస్థానం

కల్మషం లేని, దృఢమైన మనసులో ఎంతో తృప్తి అంతర్గతంగా ఉంటుంది... కనుక "అనవసరమైన వర్గ భేదాలేమీ లేకుండా సర్వమానవులూ ఒకటిగా కలిసి బ్రతుకుదాం" అనేదే ఈనాటి నీతి సూత్రంగా వెల్లివిరియాలి. అలాగే "విశ్వ మానవ శాంతికై ప్రతి ఒక్కరూ కృషి చేయాలి" అనేదే ఈనాటి సూక్తి కావాలి.

పైన ఉదహరించిన ఇటువంటి ఉద్బోధనలతో, ఈ ప్రపంచం లో సర్వమానవ శాంతి, సౌభ్రాతృత్వాలు ప్రభవిల్లాలని ఈ కవిత సూచిస్తున్నది.

***

శాంతి రాగం (గేయ రూపకం)

(ఇది ఒక విచిత్రమైన కల. భూగ్రహంపై ప్రజలు వర్గ విభేదాలతో భీకరంగా పోట్లాడుకుంటున్నారు. అంతలో ఆకాశం నుంచి, శాంతి మంత్రం లాగా ఓ రాగాలాపన వినిపించింది. పువ్వులు... తారలు కలిసి దేవ కన్యల్లా నర్తిస్తూ, నింగి నుండి క్రిందికి దిగి వచ్చాయి. ప్రజలు పోట్లాటను ఆపి, వాటి వంక వింతగా చూస్తున్నారు. నృత్యం చేస్తూనే, పువ్వులు ప్రజల ముందుకొచ్చి తమను తాము పరిచయం చేసుకున్నాయి.)

"అంద చందాల పువ్వులం మేము,

రంగుల... రంగ వల్లులం మేము!

జగమంతా విరబూస్తాం,

పరిమళాలు వెద జల్లుతాం.

చిరు గాలి సవ్వడుల వీనుల విందులు...

కనుల పండువగు నాట్యపు చిందులు...

కలిసికట్టుగా కల్పిస్తాం,

ఇలలో స్వర్గం సృజియిస్తాం!"

(ఇక తారలు కూడా నృత్యం చేస్తూనే తమని తాము పరిచయం చేసుకున్నాయి)

"చిన్నా పెద్దా తారలం మేము...

మెరిసే గోళాకారులం మేము...

వెలుగు జిలుగులు ప్రసరిస్తాం,

కాలచక్రాన్ని నడిపిస్తాం.

కొలతలకందని దూర తీరాల...

ఊహలకంకని విచిత్ర గతుల...

నియమం తప్పక చరియిస్తాం,

ముత్యాల తోరణాలనిపిస్తాం!"

(పువ్వులు తారలు చేసిన నృత్యాలు చూసి, చెప్పిన సుభాషితాలు విని ప్రజల్లోని కలహించుకొనే ఇరు వర్గాల వారు... వేరు వేరుగా చర్చల్లోకి దిగారు. ఇప్పుడు పువ్వులు తారలు కలిసి నర్తిస్తూనే ప్రజలను ఇలా ప్రశ్నించాయి.)

(తారలు):

"పువ్వూ... పువ్వూ... కలిసున్నాయి

పువ్వూ... పువ్వూ... కలిసున్నాయి"

(పువ్వులు):

"తారా... తారా... మెలిసున్నాయి

తారా... తారా... మెలిసున్నాయి"

(పువ్వులు, తారలు కలిసి):

"పువ్వా... పువ్వా... కలిసున్నాయి

తారా... తారా... మెలిసున్నాయి

ఆకాశానికి లేని ఎల్లలు...

మనిషీ నీకు ఎందుకు కొల్లలు?"

ఆకాశానికి లేని ఎల్లలు...

మనిషీ నీకు ఎందుకు కొల్లలు?"

(ఈ ప్రశ్న ప్రజల్లో ఆలోచన రేకెత్తించింది. వారికి జ్ఞానోదయమయింది. శాంతియుత సహజీవనానికి నాంది పలికింది. అన్ని వర్గాల ప్రజలు ఏకమై పువ్వులు, తారలతో ఇలా స్పందించారు.)

"పువ్వుల్లారా! తారల్లారా!

రంగుల వెలుగుల దివ్వెల్లారా!

ప్రకృతి మాత ప్రతీకల్లారా!

విశ్వ మైత్రి సంకేతాల్లారా!

ఆకాశపు పందిరి క్రింద...

అందరమూ ఒకటేనని,

కలిసి బ్రతుకుటలో ఉన్న సుఖం...

మనోప్రస్థానం

కలహాల్లో లేదని తెలిసింది.

నువ్వూ నేనను భేదాల్లేక,

నాదీ నీదను వాదాల్లేక,

మనమూ మనదను నినాదంతో...

శాంతియుతంగా జీవిస్తాం!

ఇక శాంతిరాగమే పాడతాం!

విశ్వ శాంతికై పాటుపడతాం!

(ప్రజల స్పందనకు పువ్వులు, తారలు సంతోషించాయి. శాంతి రాగాలాపన సాగుతూవుండగా అవి ప్రజలతో కలిసినృత్యం చేశాయి. కల ఆగిపోయింది. ఈ కలలోని ప్రజల స్పందన నిజమైతే ఎంత బాగుండును!)

***

సారాంశం: ఇది ఒక భావుకుని విచిత్రమైన కల. పువ్వులన్నీ కనుల పండువగా కలిసిఉంటాయి. తారలన్నీ ఎల్లప్పుడూ నిర్దిష్టమైన కక్ష్యల్లో సంచరిస్తూ ముత్యాల తోరణాల్లా మెరుస్తాయి.

"ఆకాశానికి ఎల్లలు లేవు. అటువంటిది మీ మనుషుల మధ్య విభేదాలు కోకొల్లలు గా ఎందుకున్నాయి?" అని పువ్వులు,

తారలు పరస్పరం కలహించుకుంటున్న మనుషుల్ని ప్రశ్నించాయి. ఆ ప్రశ్న ప్రజల్లో ఆలోచనలు రేకెత్తించాయి. కలిసి బ్రతకటంలో ఉన్న సుఖం కలహించుకోవటంలో లేదని వారికి జ్ఞానోదయమైంది. ఫలితంగా శాంతియుతంగా కలిసి జీవిద్దామని, ప్రజలు నిర్ణయించుకున్నారు. ఇదీ ఈ రూపకం యొక్క కథాంశం. "ఆ భావుకుని కల నిజమైతే ఎంత బాగుండును!" అని ఈ కవిత సూచిస్తున్నది.

***

నమ్మకం

నీ చుట్టూ అగ్నిశిఖలు అలుముకొని,

వాటి సెగలు నిన్నుతాకుతున్నప్పుడు,

ధనాత్మక దృక్పథంతో...

నీ పై చల్లటి పిల్ల గాలులు వీస్తున్నాయని

అనుకోలేవు.

కాని...

నీకు కలిగిన విపత్తునుండి,

ప్రకృతి లో...

ఏదో ఒక అసాధారణ మార్పు సంభవించి,

నిన్ను కాపాడగలదని మాత్రం...

ప్రగాఢంగా విశ్వసించ గలవు.

ఎందుకంటే...

ఆ సమయంలో నీ మనస్సు మాత్రమే

నీ అధీనంలో ఉంటుంది కనుక.

ఆ నమ్మకమే,

నీ ధనాత్మక దృక్పథానికి నాంది.

స్వార్థం మౌఢ్యం లేని...

ఎవరికీ హాని తలపెట్టని...

సామాజిక నిబంధనలకు అనుగుణమైన ...

మానవ హక్కులను ఉల్లంఘించని...

ధనాత్మక దృక్పథమే,

నిన్ను నికృష్టమైన పరిస్థితులనుండి తప్పించి,

విజయ పథంలో నడిపిస్తుంది.

***

సారాంశం: నమ్మకమేదయినా..., స్వార్థం, మౌఢ్యం లేనిదీ, ఇతరులకు హాని తలపెట్టనిదీ, సామాజిక నిబంధనలకు అనుగుణమైనదీ, మానవ హక్కులను ఉల్లంఘించనిదీ అయివుంటే..., అది ధనాత్మక దృక్పథానికి నాంది అవుతుంది. ధనాత్మక ధృక్పథం ఎల్లప్పుడూ మనిషిని విజయం దిశగా నడిపిస్తుంది.

ఉదాహరణకు... ఒక వ్యక్తి దట్టమైన మంటల మధ్య చిక్కుకుని, ఆ మంటల తాలూకు సెగలు తనని తాకుతూ, అతనికి వేరే

తప్పించుకునే మార్గం గాని, రక్షించే వారు గానీ లేనప్పుడు... ఆతను తనపై చల్లని పిల్ల గాలులు వీస్తున్నాయని అనుకోలేడు కదా! కానీ, ఆ పరిస్థితులలో, అతను ఒకే ఒక ఆలోచన మాత్రం చెయ్యి గలడు. అదేమిటంటే... తాను చిక్కుకున్న విపత్కర పరిస్థితి నుండి, ప్రకృతి లోని ఏదేని ఒక అసాధారణ మార్పు సంభవించి, తనను ఆ విపత్తు నుంచి తప్పించ గలదని ప్రగాఢంగా విశ్వసించ గలడు. ఆ దిశగా తన మనస్సును లగ్నం చెయ్యగలడు. అంతకు మించి అతనికి వేరే గత్యంతరం లేదు. ఆ నమ్మకమే అతనికి, అంతటి కష్టంలో కూడా ధనాత్మక దృక్పథానికి నాంది అయింది. ఏమో! ఎవరు ఊహించ గలరు? ఆ ధనాత్మక దృక్పథం వల్ల, క్షణాల్లో వర్షం కురిసిగాని, ఇతరులు ఆ ప్రమాదాన్ని గమనించి, రక్షణ చర్యలు తీసుకొనడం వల్లగాని, అతను రక్షింపబడే అవకాశం ఉండవచ్చును. ఇక్కడ గమనించ వలసిన విషయం ఒక్కటుంది. అటువంటి విపత్కర పరిస్థితులలో, అతనికి ఉన్న ఒకే ఒక్క మార్గం తన మనస్సును ఆశ్రయించటమే. ఎందుకంటే, అది ఒక్కటే అతని అధీనంలో ఉంది కనుక! ఇదీ ఈ కవిత సుస్పష్టం చేస్తున్న విషయం.

***

ప్రకృతీ! నీకొక ప్రశ్న!

ప్రకృతీ! నీ చలవ తో...

అమృతం వర్షించినట్లు,

మా మనసుల్లో ప్రశాంతత నిండింది.

ఎటు చూసినా...

అనంతమైన నీ రూపం...

అందాలు చిందిస్తూ...

ఆహ్లాదాన్ని కలిగించింది!

మాలోని ప్రతి అణువూ

“అమృతం తో రూపు దిద్దుకున్నదా?"

అనే భావన కలిగింది.

ఏదో తన్మయత్వం మమ్మల్ని ఆవహించింది.

కొన్నిసార్లు... ఎందుకో...

కుదుటబడ్డ మా మనో ఫలకాలపై...

తటాలున విష వాయువులు క్రమ్ముకుని,

అమృత మయమైన,

మా ప్రతి అణువు పై,

కాలుష్యాన్ని చిమ్మాయి.

కొంత కాలం క్రితం...

ఆహ్లాదాన్ని చవి చూసిన

మా మనస్సులు... మేఘావృతమైనట్లు,

మసకబారిపోతున్నాయి.

ఎవరెవరి పైనో...

ఏవేవో కక్షలు... ప్రతీకార వాంఛలు!

ఇంకా అనేక ప్రతికూల భావనలు,

మాలో చోటు చేసుకుంటున్నాయి.

మా ఈ స్థితి సరియైనది కాదని,

మాకు గ్రాహ్యమయ్యే సరికి,

జరగరాని ఘోరాలు జరిగి పోతున్నాయి.

ఓ ప్రకృతీ!

నీ బిడ్డలమైన మాలో

ఈ విభిన్న స్వభావాలకు అర్థమేమిటి?

మనోప్రస్థానం

మాపై కురిసిందనుకున్న అమృతం...

తన సహజ తత్వాన్ని కోల్పోయిందా?

ఆ అమృతం ఇచ్చిందనుకున్న...

కోమలమైన పిలుపు,

హృదయపూర్వకమైన ఆదరణ,

మృదు మధురమైన లాలన,

సుతి మెత్తని సన్నిధి,

మాలో శాశ్వతంగా నిక్షిప్తం కావా?

ఓ ప్రకృతీ! నీకొక ప్రశ్న!

అమృతం తో ఆలేపన చేయబడినవి

అనుకొన్న, మా మనో ఫలకాలలో...

పరస్పరానురాగం... ప్రశాంతత...

అనునిత్యం నెలకొనే స్థితిని,

మాకెప్పుడు కలుగజేస్తావు?

***

సారాంశం: "మనుష్యులమైన మాపై ఒక్కొక్క సారి నీ చలవతో అమృతం కురిసినట్లు, మా మనసులలో ప్రశాంతత నిండి, మాకు తన్మయత్వం చేకూరుతుంది. దానికి భిన్నంగా ఎందుకో, కొన్నిసార్లు, మా మనసులను విషవాయువులు చుట్టి ముట్టి, మాలో ప్రతికూల భావనలు కలిగి, మేము అశాంతికి గురి అవుతున్నాము. ఆ ప్రతికూల భావనలు మాతో ఘోరమైన తప్పిదాలు చేయిస్తున్నాయి. మాలో ఈ విభిన్న మైన పోకడలు ఎందుకు కలుగుతున్నాయి? మా మనస్సులలో అమరమైన ప్రశాంతత ఎప్పుడు నిండుతుంది?" అని మానవులు ప్రకృతి మాతను ప్రశ్నిస్తున్నట్లుగా ఈ కవిత కల్పించబడింది.

***

సుందర భవితకు స్వాగతం!

స్వాగతం! సుస్వాగతం!

సుందర భవితకు స్వాగతం!

కాంతి వెల్లువా ఏమిటది?

ప్రసరిస్తున్నది నలు దిశలా!

అదియే ప్రగతికి హరివిల్లు...

విజ్ఞాన కిరణాల విరుజల్లు.

నిచ్చెనలా అవి ఏమిటి?

వింతగ మింటి కెగబడుతున్నాయి!

అవియే తెలివగు పని ముట్లు,

భావి శాస్త్రాల మిరుమిట్లు.

విజ్ఞులార! శాస్త్రజ్ఞుల్లార!

సాంకేతిక నిపుణుల్లార!

సుందర భవిష్యద్భావుకులార!

అభినవ యుగ నిర్మాతల్లార!

మనోప్రస్థానం

ముందుకు రండిక పరిశోధించగ!

సిద్ధం కండిక పరిశ్రమించగ!

మేధస్సును మేల్కొలపండి...

జిజ్ఞాసను ఉసికొల్పండి...

మనసు ను లగ్నం చెయ్యండి...

భవితవ్యం లోనికి దూసుకు పొండి!

పకృతిలో నిబిడీకృతమైన,

కాలచక్రగతి కారకమైన,

శక్తుల యుక్తుల నిజనిజాలను...

జడుల జీవుల గుణ గణాలను...

శోధించి వెలిదీయండి,

బంగరు భవితకు బాటేయండి.

గగనపుటంచును తాకేవరకు...

జీవ రహస్యం తెలిసే వరకు...

మనోవేగాన్ని కొలిచేవరకు...

మనిషి క్లేశాన్ని మరచేవరకు...

సర్వ మానవ సౌభ్రాత్రం,

బ్రహ్మాండం అంతా నిండేవరకు...

సుందర భవితను స్వాగతించే,

నవ్య కేతనాన్నెగరేయండి...

చేయండి వింతైన ప్రయోగాల్,

సాగించండి పరిశోధనలు!

***

సారాంశం: "మనిషి... విశ్వం యొక్క అంచును తాకే వరకు... మనోవేగాన్ని కొలవ గలిగే వరకు... జీవ రహస్యాన్ని, ప్రాణుల యొక్క, మరియు జడ పదార్థాల యొక్క గుణ గణాలను, కనిపెట్టే వరకు... మనిషి శోకాలకు అతీతుడు అయ్యే వరకూ... సర్వ మానవులు సుహృద్భావముతో సఖ్యంగా మెలిగే వరకు... పరిశోధనలు చేసి, ప్రకృతి లో దాగి ఉన్న నిజ నిజాలను కనిపెట్టండి" అని ఈ కవిత... శాస్త్రజ్ఞులకు, మేధావులకు, చక్కనైన

మనోప్రస్థానం

భవిష్యత్తును ఆకాంక్షించే భావుకులకు, నూతన యుగాన్ని నిర్మించాలని కలలు కనే వారికి, పిలుపునిస్తున్నది.

అంతే కాకుండా... వారు తమ తమ మేధస్సులను మధించి, మనస్సులను లగ్నం చేసి... పరిశోధనలెన్నో చేసి, సర్వ మానవుల ప్రగతి, క్షేమ సౌభాగ్యాలకోసం,... బంగారు భవిష్యత్తును నిర్మించి, "సుందర భవితకు స్వాగతం పలకండి" అని ఈ కవిత దిశానిర్దేశం చేస్తున్నది.

***

ప్రకృతిలో ఓ పిసరంత...!

ప్రకృతి విజ్ఞానం అనంతం!

కాదెవ్వరికి ఆసాంతం అవగతం.

అందులో ఓ పిసరంతైనా గ్రహించాలంటే,

కృషి, పరిశోధనలే శరణ్యం.

విజ్ఞానం ఏ ఒక్కరి జేబులోని,

జేజేల బొమ్మ కాదు.

డాక్టరుకు... మనిషి శరీర తత్వంలో,

అణు శాస్త్రజ్ఞునికి...

సూక్ష్మ కణాల విన్యాసాలలో,

ఖగోళ శాస్త్రవేత్తకు...

గ్రహ, తారాకూటముల స్థితిగతులలో,

ఇంజనీరుకు... యంత్రాల తీరు తెన్నుల్లో,

బయాలజిష్టుకు... చరాచర జీవ శాస్త్రంలో,

జియాలజిష్టుకు... భూగర్భపు లోగుట్టుల్లో,

రైతుకు... పంటలు పండించటంలో,

ఇంకా చెప్పాలంటే ప్రతి ఒక్కరికి...

ఈ ప్రకృతిలోని ఏవో కొన్ని విషయాల్లో,

లేశమంత జ్ఞానం మాత్రం కద్దు.

కృషీవలుడవైన ఓ మనిషీ!

నీకు స్వతహాగా లభించిన ఆలోచనాశక్తి తో...

జన జీవనంలో సుఖ శాంతులు నింపగలిగే,

కొంగ్రొత్త విజ్ఞాన సముపార్జనకై...

అవరోధాలనతిక్రమించి,

నిరంతరం అన్వేషించు.

నివురు తొలగిపోయి,

నిప్పులాంటి నిజం...

పొద్దు పొడుపులా దర్శనమిస్తుంది.

సరిక్రొత్త నిజాలు సంప్రాప్తిస్తే,

గతంలో మూర్ఖంగా అనుసరిస్తున్న...

అసంబద్ధ విధానాలను,

కుబుసంలా విసర్జించు.

అప్పుడు నువ్వు ప్రకృతికి...

మరింత చేరువవుతావు.

లేకుంటే గొంగళిలా...

ఎదుగు బొదుగు లేకుండా,

వేసినచోటే, వేసినట్లు పడి ఉంటావు!

***

సారాంశం: ప్రకృతి లోని విజ్ఞానం అంతు లేనిది. అది ఏ ఒక్కరికి పూర్తిగా అర్థం కానిది. ఎవరో ఒకరు స్వంతం చేసుకున్న జేజేల బొమ్మ కూడా కాదు. అనంతమైన ఆ ప్రకృతి విజ్ఞానంలో ఒక లేశమంతైనా గ్రహించాలంటే, పట్టుదలతో గట్టి కృషి చెయ్యాలి.

ప్రతి ఒక్కరికి, వారి కృషినిబట్టి, ఈ విశాల ప్రపంచంలో ఎదో ఒక రంగం లో, ఎదో ఒక కోణం లో కొద్దిపాటి పరిజ్ఞానాన్ని

మాత్రమే గ్రహించటం సాధ్యమౌతుంది. మానవుడు తనకు స్వతహాగా లభించిన ఆలోచనాశక్తి తో నిరంతరం, మనిషి యొక్క మనుగడలో... సుఖ శాంతులు నింపడమే లక్ష్యంగా కృషి చేస్తూ, అవరోధాలన్నిటినీ దాటుకుని, నూతన విజ్ఞాన సముపార్జనకై అలుపెరుగని అన్వేషణ సాగిస్తే, నివురు తొలగిన నిప్పులా కొంగ్రొత్త విజ్ఞానం దర్శనమిస్తుంది. కొత్త నిజాలు తెలియ వచ్చినపుడు, అంతవరకూ నిజమనుకొని మూర్ఖంగా అనుసరిస్తున్న అసంబద్ధ విధానాలను... పాము, తన కుబుసాన్ని విసర్జించి నట్లు, విసర్జించి వాటి స్థానే, నూతనంగా తెలియ వచ్చిన సరియైన విధానాలను అనుసరిస్తే, మానవుడు ప్రకృతికి మరింత దగ్గరౌతాడు.

విజ్ఞాన సముపార్జన కోసం అన్వేషణను నిరంతరం కొనసాగించటం ఎంతైనా అవసరం. అన్వేషణ ఆగిన మరు క్షణం నుంచి, కొంగ్రొత్త నిజాలు తెలియ రావు. అప్పుడు మనిషి, ఎక్కడ వేసిన గొంగళి అక్కడే పడి ఉన్నట్టుగా, ఎదుగూ బొదుగూ లేకుండా, పడి ఉంటాడు. ఇదీ, ఈ కవిత యొక్క సారాంశం.

***

తస్మాత్ జాగ్రత! జాగ్రత!!

చేతిలోని మారణాయుధం కంటే,

విపత్కారం, మనసులోని కక్ష!

బురద తన దుర్గంధంతో,

వికర్షణకు గురి చేస్తుంది.

పువ్వు తన పరిమళంతో,

ఆకర్షించి ఆహ్వానిస్తుంది.

నీ మనసు కూడా అంతే!

నీ ఆలోచనా స్రవంతి...

సక్రమమయితే... నువ్వు,

అందరికి దగ్గరౌతావు.

నీ జీవితం...

సక్రమ మార్గంలో సాగుతుంది.

నీ ఆలోచనా స్రవంతి...

మనోప్రస్థానం

అక్రమమయితే... నువ్వు,

అందరికి దూరమౌతావు.

నీలోని కక్ష...

నీ మనశ్శాంతిని హరిస్తుంది.

నీ జీవితం...

నరక ప్రాయమై పయనిస్తుంది.

తస్మాత్ జాగ్రత! జాగ్రత!!

***

సారాంశం: మనసులో ఎవరిపైనో... కక్ష పెట్టుకుని, దానిని పెంచి పోషిస్తుంటే, అది చేతిలోనున్న మారణాయుధం కంటే ప్రమాద కరమౌతుంది.

మనిషి ఆలోచనావిధానం సరియైనది అయితే ఆ వ్యక్తి అందరికి దగ్గరై ప్రేమ పాత్రుడౌతాడు. అతని జీవితం కూడా ఒడిదుడుకులు లేకుండా సాగిపోతుంది.

అతని ఆలోచనా విధానం సరియైనది కాకుండా, పరులకు హాని కలిగించే విధంగా సాగితే, ఆ వ్యక్తి చీత్కారానికి గురై

అందరికి దూరమౌతాడు.

మనిషి తన మనసులో కక్షను పెంచుకుంటే అది మానసిక రుగ్మతకు దారి తీసి, అతనికి మనశ్శాంతి లేకుండా చేస్తుంది. తన జీవితంలో సుఖ శాంతులు కొరవడి, ఆవ్యక్తి నరకాన్ని చవి చూడాల్సి వస్తుంది.

అందుకే "తస్మాత్ జాగ్రత! జాగ్రత!!" అని హెచ్చరిస్తుంది ఈ కవిత.

***

గుప్త నిధి

నీలోనే వుంది నిధి...

తస్కరింపబడనిదీ,

విస్మరింపకూడనిదీ,

అనునిత్యం నీ సొంతం,

త్రవ్వితే త్రవ్వినంత,

త్రవ్వకుంటే ఇసుమంత...

నువ్వే తీయాలి వెలికి...

నీ కృషి తో చిలికి చిలికి!

తలిదండ్రులైన... గురువులైన...

దారి చూపగలరుగాని,

విద్యా బుద్ధులు నీలో...

నూరి నోట పొయ్యలేరు.

దాగి వున్న నీ తెలివిని,

వెలికిదీసి మెరుగు పెట్టు.

చదువులతో ఇనుమడించు.

చదువులు మాత్రం చాలవు,

చదువు లోకాన్నికూడ.

పరిణతి చెందిన తెలివికి

మంచితనం జోడించి

మానవాళి శ్రేయస్సుకు...

మనసారా ప్రయోగించు.

***

సారాంశం: ప్రతి మనిషిలోనూ తెలివి అనే గుప్త నిధి ఉంటుంది. ఎవరి తెలివి వారికి మాత్రమే సొంతం. దానిని ఎవరూ దొంగిలించలేరు. ఈ విషయాన్ని మరిచిపోకుండా, మనిషి తనలో నిక్షిప్తమై ఉన్న తెలివిని గుర్తించి, దానిని తగిన విధంగా వినియోగించుకోవాలి. పూర్వపు రోజుల్లో లంకెల బిందెలలో నాణాలు, బంగారపు వస్తువులు ఉంచి భూమిలో పాతిపెట్టేవారని విన్నాం. అలా దాచిన చరాస్తిని గుప్త నిధి

అనేవారు. ఆ గుప్తనిధిని త్రవ్వి వెలికి తీసిన తర్వాత మొత్తం ఖర్చు చేసినా, దొంగల పాలైనా, ఇక మిగలదు. తెలివి అనే గుప్త నిధి మాత్రం దొంగలకు చిక్కదు, ఎంత ఉపయోగించుకున్నా తరగదు. మనం ఉపయోగించుకోవాలేగాని అది అంతులేని నిధి లాంటిది. మనం దానిని ఉపయోగించుకోకాక పోతే, దానిని మనం అలక్ష్యం చేసినట్లు పరిగణించాలి. ఆ తెలివి అనే గుప్త నిధిని వినియోగించుకొనడానికి గట్టి పట్టుదల, కృషి అవసరం. మనలోని ఆ గుప్తనిధిని అలాగే విడిచి పెట్టేస్తే, దానివల్ల ఉపయోగం ఏమీ ఉండదు. దానిని వెలికి రప్పించి, బాగా మెరుగు పెట్టాలి. తల్లిదండ్రులైనా, గురువులైనా దిశా నిర్దేశం చేయ గలరుగాని, విద్యా బుద్ధులను నూరి నోట్లో పొయ్యలేరు. అందుచేత మనిషి తనలో ఉన్న తెలివిని, చదువుల తోనూ పరిశ్రమించటం తోనూ పెంపొందించుకోవచ్చును.

అంతటితో సరిపెట్టుకోకుండా లోకాన్ని కూడా చదవాలి, అంటే లోకం తీరును కూడా అర్థం చేసుకోవాలి.

ఆ విధమైన సాధనతో పరిపక్వతను పొందిన తెలివికి, మంచితనాన్ని జోడించి, తనతోబాటు ఇతరుల శ్రేయస్సు కోసం మనసారా ఉపయోగించటం ఉన్నతమైన మానవ సేవ అని ఈ కవిత విస్పష్టం చేస్తున్నది.

***

సంతృప్తి

జీవితంలో పైకెదగాలనే...

తృష్ణ ఉండటం సహజం.

అందుకై శ్రమించడం కూడా సమంజసమే.

అంతవరకు బాగానేవుంది, కానీ....

అవధులు లేని తృష్ణ... అసమంజసం

సంతృప్తి లేని తృష్ణ...

నివారణ లేని ఒక రుగ్మత.

ఆ తృష్ణ మనిషిని...

పెడదారులు పట్టిస్తుంది.

కష్టాల కడలి లోనికి నెట్టేస్తుంది.

ఎల్లలు లేని తృష్ణ వల్ల సంక్రమించే...

కొన్ని దుఃఖాల ఉచ్చులో,

పడకుండా ఉండడానికి...

సంతృప్తి...

గొప్ప తరుణోపాయం.

చీకటిని హరించే అరుణోదయం!

ప్రశాంత జీవనానికి ఒక సోపానం!

***

సారాంశం: మనిషికి, తన జీవితంలో ఎంత ధనాన్ని, ఎంత కీర్తిని సంపాదించినా కూడా, సంతృప్తి అనేది లేకపోతే అది సరైన తత్త్వం కాదని మన అనుభవాలు చెపుతున్నాయి.

జీవితంలో మనిషి తన ప్రస్తుత ఆర్థిక స్థితి నుండిగాని, ప్రస్తుత హోదా నుండిగాని, ఇంకా ఉన్నత స్థాయికి చేరుకోవాలని చూస్తాడు. అందుకోసం కష్టపడుతూ నిరంతరం తన ప్రయత్నం తాను చేస్తూ ఉంటాడు. అది అసమంజసమేమీ కాదు. ప్రతి వ్యక్తి తన జీవితానికి ఒక లక్ష్యాన్ని నిర్దేశించుకుని, ఆ లక్ష్యాన్ని సాధించడానికి కృషి చెయ్యాలి. అది హర్షించ తగిన విషయమే. వచ్చిన చిక్కల్లా ఆ వ్యక్తి తన లక్ష్యాన్ని చేరుకున్నా కూడా సంతృప్తి పడక, అడ్డ దారుల్లో అనేక అక్రమాలు చేసి, చేయించి, హద్దులు లేని దురాశ తో జీవించే వ్యక్తులతోనే! అటువంటి వ్యక్తులు ఒక రకమైన మానసిక రుగ్మతకు లోనయ్యారనుకోవాలి. ఆ మానసిక రుగ్మత మనిషిని పెడ దారులు పట్టిస్తుంది. అటువంటి వ్యక్తికి ఎంత పలుకుబడి

ఉన్నా, ఎంత హోదా ఉన్నా, ఎంత ధనమున్నా కష్టాలబారిని పడక తప్పదు.

అంతులేని, అసంబద్ధమైన, అహంకార పూరితమైన, దురాశ అకృత్యాలతో కూడుకున్న ధనదాహం, కీర్తి ఖండూతి గల మనిషి... దుఖాల ఉచ్చులోనికి నెట్టబడతాడు.

అటువంటి అవధులు లేని తృష్ణలో పడకుండా ఉండడానికి, సరైన తరుణోపాయం సంతృప్తి!!

అరుణోదయ కాంతులు చీకటిని ఎలా హరించి వేస్తాయో, అలాగే సంతృప్తి... జీవిత గమనం లోని వడి దుడుకుల నుండి మనిషిని రక్షించి, ప్రశాంత జీవనానికి నాంది పలుకుతుందని, ఈ కవిత యొక్క ముఖ్యోద్దేశం.

***

సుహృద్భావం

నాకు తటస్థమైన క్లిష్ట పరిస్థితులకు,

నేను విసిగి వేసారి పోయానంటే...

దాని అర్థం....

ఆ పరిస్థితులకు మానసికంగా లోనై,

నేను స్పందించాను.

ఫలితంగా నన్ను విసుగు ఆవరించింది.

అసలు... ఆ పరిస్థితులకు

నేను మానసికంగా స్పందించకపోతే,

విసిగింపబడే వాణ్ని కాదుగదా!

అయితే అస్సలు స్పందించక పోవడానికి,

నేను రాయి రప్పను కాను.

స్పందన మానవ సహజం!

అవును నిజమే... కానీ...

విజ్ఞతతో కూడిన స్పందన...

సుహృద్భావాన్ని పెంపొందిస్తుంది

మనోప్రస్థానం

విచక్షణ లేని స్పందన...

సుహృద్భావాన్ని హరిస్తుంది.

సుహృద్భావం హరించి పోతే...

విషాదం చోటు చేసుకుంటుంది.

విషాదానికి తావిచ్చినవాడు,

తేజోహీనుడౌతాడు.

మన స్పందన...

లేమిలో మునిగి ఉన్నప్పుడు,

దరికి చేర్చేదిగా...

కలిమిలో ఉన్నప్పుడు,

కట్టడి చేసేదిగా...

క్లుప్తంగా చెప్పాలంటే,

అన్ని సందర్భాలలోనూ...

సంక్షేమాన్ని, సుహృద్భావాన్ని,

పెంపొందించేలా ఉండాలి.

సుహృద్భావంతో...

దేన్నయినా సాధించవచ్చు.

సుహృద్భావాన్ని మించిన బలం...

మరొకటి లేదు!

***

సారాంశం: మనం సంఘ జీవులం. మన దైనందిన జీవితాల్లో అనేక రకాల మనస్తత్వాలు గల మనుషులు తారస పడుతూ ఉంటారు. అలాగే సంక్లిష్టమైన అనేక పరిస్థితులలో అప్పుడప్పుడూ మనం చిక్కుకుంటుంటాం. విభిన్న మనస్తత్వాలుగల వ్యక్తులతో మనం సామాజిక జీవనం గడపవలసి ఉంటుంది. కొన్ని సందర్భాలలో ఇతరుల అసంగత చర్యలకు ప్రతి చర్యగా హింసాత్మకంగా స్పందిస్తాం. అదే విధంగా మనకు కష్టాలు ఎదురైతే, వాటికి భయపడిపోయి, మానసికంగా స్పందించి, విషాదంలో కూరుకు పోతాం. అటువంటప్పుడు స్పందించకుండా ఉండడానికి, మనం రాయి రప్పల్లాంటి జడ పదార్థాలం కాదు.

స్పందన మానవ సహజం. నిజమే కాని, స్పందించేందుకు ముందుగా ఎలా స్పందించాలి అనే విషయాన్ని, క్షణ కాలం సంయమనంతో విశ్లేషించుకోవాలి. విచక్షణాజ్ఞానం లేకుండా

స్పందిస్తే, మానవ సంబంధాలు చెడిపోతాయి. విజ్ఞతతో కూడిన స్పందన సుహృద్భావనాన్ని పెంపొందిస్తుంది. అలాగే కష్టాలు ఎదురైనపుడు మానసికంగా వాటికి లోబడిపోయి స్పందించి, విషాదంలో చిక్కుకుంటే మనం తేజోహీనులమౌతాం. అందు వలన విచక్షణ లేని స్పందనను నియంత్రించుకోవాలి. మన స్పందన... లేమి అనే నికృష్టమైన స్థితి నుండి, మనల్ని రక్షించేదిగానూ, సంపన్నులమైనప్పుడు... ధన మదంతో, అడ్డూ అదుపూ లేని మన ప్రవర్తనను కట్టడి చేసేది గానూ ఉండాలి. కనుక అన్ని సందర్భాల లోనూ సంయమనంతో స్పందింటం అలవాటు చేసుకోవాలి. అంటే మన స్పందన కష్టాల కడలి నుండి గట్టిరెక్కించేదిగానూ, పరస్పరం సుహృద్భావనను పెంపొందించేదిగానూ ఉండాలి. సుహృద్భావం తో దేన్నయినా సాధించ గలం. సుహృద్భావం ఒక బలమైన శక్తి అని ఈ కవిత తేట తెల్లం చేస్తుంది.

***

మనోప్రస్థానం

మోక్షం

శాశ్వతమైన మోక్షం గురించి
నాకు తెలియదు. కానీ...
"నీ లక్ష్యం ఏమిటి?" అని
నన్ను ఎవరైనా ప్రశ్నిస్తే,
నా దగ్గర ఖచ్చితమైన సమాధానం లేదు.
నిజం చెప్పొద్దూ...
ఈ ప్రశ్నకు సమాధానం,
ఎప్పుడు దొరికితే...
అప్పుడు నాకు మోక్షం లభించినట్లే!
"నీ ఆలోచనా పరిధి ఎంత?" అని
నన్ను ఎవరైనా అడిగితే,
ఆవగింజంత అని చెప్పక తప్పదు.
ఆవగింజంత ఉన్న నా ఆలోచనా పరిధి...
ఆకాశంలా అనంత మెప్పుడౌతుందో...
అప్పుడు నాకు మోక్షం లభించినట్లే!!

ప్రతిక్షణమూ శుభప్రదమై...

క్షణక్షణమొక విజయ కదమై...

మనుగడ ఆనంద మయమై...

అనురాగ రాగ రంజితమై...

నిత్యం హరిచందనమై...

హరిత లతా నందనమై...

నా మనస్సు నిర్మలమై...

జీవితం లో అనుక్షణం,

మధురానుభూతిని పొందగలిగితే...

నాకు మోక్షం లభించినట్లే!!!

***

సారాంశం: మనలో చాలా మంది తమకంటూ ఒక లక్ష్యం లేకుండానే రోజులు గడిపేస్తారు. ఎవరైనా "మీ లక్ష్యం ఏమిటి?" అని అడిగినపుడు వారి దగ్గర సరైన సమాధానం ఉండదు. ఎప్పుడైతే మనిషి, ఔచిత్యమైన, విశాల దృక్పథం గల లక్ష్యం తో సంకోచం లేకుండా తన లక్ష్య సాధనకై కృషి చేస్తాడో, ఆ వ్యక్తికి, మోక్షం లభించినట్టే!

అలాగే ఎవరైనా "మీ ఆలోచనాపరిధి ఎంత?" అని అడిగినపుడు, మనిషి తన దగ్గర సరైన సమాధానం లేక "ఆవగింజంత" అని మాత్రం చెప్పగలడేమో! ఆవగింజంత ఉన్నదనుకున్న అతని ఆలోచనా పరిధి, ఆకాశమంత విశాలమైనపుడు, అతనికి నిజంగా మోక్షం లభించినట్టే!

మనిషికి, ఎప్పుడైతే ... తాను గడపబోయే ప్రతిక్షణం శుభ ప్రదం అవుతుందో, తాను వెయ్యబోయే ప్రతి అడుగు ఒక్కొక్క విజయ సోపానం అవుతుందో, తనకు, రాబోయే ప్రతిక్షణం లోనూ ఆనందం కలుగుతుందో, ఇతరులతో సత్సంబంధాలు, పరస్పర ప్రేమానురాగాలు వెల్లి విరుస్తాయో, తన జీవితం పండు వెన్నెల లోని పచ్చని లేలేత లతలు నిండిన నందనవనమై, తత్ఫలితంగా నిర్మల చిత్తం లభించి, తన జీవితంలో మధురానుభూతుల్ని పొందగలుగుతాడో... అప్పుడు, అతనికి, శాశ్వతమైన మోక్షం గురించి తెలియక పోయినా సరే, ఆవ్యక్తి తనకు మోక్షం లభించినంత అనిర్వచనీయమైన ఆనందం పొందుతాడు.

***

జరిగేదంతా మన మంచికే!

అనుకున్నా... అనుకున్నా...

బ్రతుకంతా అందాల బాటేనని!

పలుకులన్నీ చిరునవ్వులు చిందించేవేనని,

లతలన్నీ పువ్వులు పూచేవేనని,

శ్రుతులన్నీ వీనులను అలరించేవేనని,

రుచులన్నీ జిహ్వను తాకే అమృతాలేనని,

ఈ నమ్మకం సరియైనదే కానీ...

అంతటితో అయిపోలేదని,

ఇటువంటి అభిప్రాయాలపై

మంచి చెడుల విశ్లేషణ,

అడుగడుగునా అత్యవసరమని...

దాగివున్న నిజనిజాలను...

ముందుగానే పసిగట్టాలని!

మంచిని మరింత పెంచేందుకు

అలుపెరుగని శ్రమ ఉండాలని!

అవరోధాలను అధిగమించగల...

ఓర్పు నేర్పులతో మెలగాలని!

ఇతరుల మనసులు గెలిచే

మర్మం లేని యుక్తిని...

సమయస్ఫూర్తితో సాధించాలని!

కష్టాలలో కన్నీరు కార్చక,

ధైర్యంగా ఎదురొడ్డి నిలవాలని!

జరిగేదంతా మంచికేననే,

భావననే మనసంతా నింపుకోవాలని!

తెలుసుకున్నా... తెలుసుకున్నా...

బ్రతుకు చెప్పుతున్న పాఠం ఇదేనని!

***

సారాంశం: బ్రతుకంతా అందాల బాటేనని... మాటలన్నీ చిరునవ్వులు కురిపించేవేనని... లతలన్నీ పువ్వులు పూయటం కోసమేనని... రాగాలన్నీ చెవులకు విందు చేసేవేనని, రుచులన్నీ నాలుకకు అమృతప్రదమైనవేనని... ఒక వ్యక్తి భావించాడు.

ఈ భావంతో ప్రపంచమంతా ఎంతో అందమైనదిగానూ, స్వర్గతుల్యమైనదిగానూ అనిపించింది. అయితే అంతటితో ఆగలేదు. మరొకసారి తన భావనలను పునశ్చరణ చేసుకున్నాడు. ఇటువంటి భావనలు మంచివే అయినా, అంతటితో సరి పెట్టుకోకుండా, ఈ ప్రపంచంలోని ఏ విషయాలనైనా, గుడ్డిగా నమ్మకుండా, మంచిచెడులను తరచుగా విశ్లేషించి, ఏది సవ్యమో, ఏది అపసవ్యమో గ్రహించిగాని ఒక నిర్ణయానికి రాకూడదని తెలుసుకున్నాడు. అందుకోసం బ్రతుకు నేర్పిన పాఠాల్ని, ప్రామాణికంగా తీసుకోవాలనుకున్నాడు.

ఒకసారి మంచిచెడుల విశ్లేషణ జరిగాక, మంచిని గ్రహించి, దానిని మరింత పెంచేందుకు ఎంతైనా శ్రమించాలని తెలుసుకున్నాడు. ఆ ప్రయత్నంలో అవరోధాలు ఎదురైతే

వాటిని అధిగమించగల ఓర్పును నేర్పును సమకూర్చు కోవాలని... ఇతరుల మనసులను, మోసంతో కాకుండా, యుక్తి... సమయస్ఫూర్తులతో గెలవాలని... కష్టాలలో కన్నీరు కార్చకుండా కొండంత ధైర్యంతో ఎదుర్కొని, వాటిని అధిగమించాలని... ఎల్లప్పుడూ, మంచే జరుగుతుందనే భావనను మనసంతా నింపుకోవాలని... బ్రతుకు చెపుతున్న పాఠం ఇదేనని... తెలుసుకున్నాడు. వాటిని అధిగమించగల ఓర్పును నేర్పును సమకూర్చు కోవాలని... ఇతరుల మనసులను, మోసంతో కాకుండా, యుక్తి... సమయస్ఫూర్తులతో గెలవాలని... కష్టాలలో కన్నీరు కార్చకుండా కొండంత ధైర్యంతో ఎదుర్కొని, వాటిని అధిగమించాలని... ఎల్లప్పుడూ, మంచే జరుగుతుందనే భావనను మనసంతా నింపుకోవాలని... బ్రతుకు చెపుతున్న పాఠం ఇదేనని... తెలుసుకున్నాడు.

***

బ్రహ్మ రథం

జగమనే కుటుంబంలో,

కష్టించే ప్రతి తండ్రికి...

కర్పూర దండెయ్యి.

చెమటోడ్చే ప్రతి తల్లికి...

మంగళారతులియ్యి.

మేధస్సును మనిషి వైపు...

మళ్ళించే అక్కలకు,

శాంతి సంక్షేమాలను...

సర్వ జన సౌభ్రాత్రాన్ని...

ప్రతిష్ఠించు అన్నలకు,

ప్రగతి పథపు భావుకతను...

 పండించే చెల్లెళ్ళకు,

అలుపెరుగక, పురోగతిని...

సాధించే తమ్ముళ్ళకు,

సాదర స్వాగతమివ్వు.

ఇట్టి త్యాగ ధనుల స్వేదమద్ది

సింధూరపు బొట్టు దిద్దు!

చెయ్యెత్తి జైకొట్టు,

బ్రహ్మ రథం పట్టు!!

***

సారాంశం: జగమనే ఈ కుటుంబంలో... తన శ్రమతో మానవ మనుగడకు వెన్నెముకగా నిలిచే, ప్రతి ఒక్కరు తండ్రివంటి వారే. అటువంటి ప్రతి ఒక్కరిని కర్పూర దండతో సత్కరిద్దాం. తూరుపు తెల్లవారక ముందే నిద్రలేచి, ఇంటిని చక్కబెట్టి, ఇంటిల్లిపాదికి ఆహార వ్యవహారాలు సమకూర్చే, ప్రతి ఒక్క గృహిణి తల్లివంటిదే. అటువంటి ప్రతి గృహిణికి మంగళ హారతులిచ్చి గౌరవిద్దాం.

మానవాభ్యున్నతిని పెంపొందించే ప్రక్రియలకు తన మేధస్సును ఉపయోగించే ప్రతి మహిళ ఒక అక్కతో సమానం. అటువంటి అక్కలకు...

ఇంకా, ప్రపంచంలో శాంతి సంక్షేమాలను, సర్వ మానవ సౌభ్రాత్రాన్ని, ప్రతిష్టించడానికి కృషి చేసే ప్రతిఒక్కరు అన్న వంటివారే. అటువంటి అన్నలకు...

ప్రగతి మార్గాన్ని నిర్దేశించే భావుకతకు, రూపకల్పన చేసే ప్రతి యువతి, ఒక చెల్లెలి లాంటిదే. అటువంటి చెల్లెళ్లకు... అలుపనేది లేకుండా, తన శక్తినంతా ధారబోసి అన్ని రంగాలలోను పురోగతికి పాటుపడే ప్రతి ఒక్కడు ఒక తమ్ముడి లాంటి వాడే. అటువంటి తమ్ముళ్లకు...

మనసారా స్వాగతం పలుకుదాం!!

ఇలా సర్వ మానవ శ్రేయస్సుకై కృషి చేసే ప్రతి ఒక్కరి స్వేదమద్ది, సింధూరపు బొట్టు పెట్టి, జయజయ ధ్వానాలతో బ్రహ్మరథం పడదామని అంటున్నది ఈ కవిత.

***

మరో భాష్యం!

అనాది నుండీ వస్తున్న ఒక నమ్మకం...

"క్రితం జన్మ లోను, ఈ జన్మలోను

నీ సంకల్పాలు, చేతల వల్ల

మోక్షం లభించక పోతే,

నీకు పునర్జన్మ ఉంటుంది.

ప్రారబ్ధం అనబడే నీ ఈ ఋణం

తీరే వరకు నువ్వు ఇలా

పుడుతూ గిడుతూ ఉండవలసిందే."

అనే కదా?...

ఊహలకందని ఈ నమ్మకాన్ని,

ఇంకొక విధంగా అన్వయించుకుని

ఈ క్రింది విధంగా వ్యాఖ్యానించుకో వచ్చును.

"ఒక జన్మంటే కేవలం...

పుట్టుక, చావు ల మధ్య జీవితం అనుకోకుండా,

నీ జీవితంలో ని ప్రతి క్షణ కాలం...

ఒక్కొక్క జన్మ అనుకుంటే...

గతించిన క్షణ కాలం లో

నువ్వు గడిపిన జీవితం,

నీ పూర్వ జన్మ అవుతుంది.

నువ్వు గడుపుతున్న ఈ క్షణం కాలం ...

నడుస్తున్న నీ ప్రస్తుత జన్మయనీ

మరు క్షణం లో...

నువ్వు గడప బోయే జీవితం,

నీ పునర్జన్మయనీ పరిగణించాలి.

గతించిన క్షణాల లోని...

నీ భావ చైతన్యాల నాణ్యత

నిర్ధారించే ప్రారబ్ధాన్ని అనుసరించి,

నీయీక్షణం లోని,

జీవిత స్థితి గతులు రూపొందుతాయి.

అలాగే, నీ ప్రారబ్ధం నిశ్శేషమయ్యేంత వరకు,

నువ్వు క్షణ క్షణం ఒక్కొక్క జన్మ ఎత్తినట్టే!

మనోప్రస్థానం

నీ జీవిత కాలంలో ఏ క్షణం నీకు...

నిర్మల చిత్తం లభిస్తుందో,

ఆ క్షణమే నీ ప్రారబ్ధం నిశ్శేష మౌతుంది.

ఆ క్షణం నుండి...

అనిర్వచనీయమైన

పూర్ణానంద భరితమైన

దుఃఖాతీతమైన

జీవితం నీకు శేషిస్తుంది.

అప్పుడు నీకు మోక్షం లభించినట్లే."

అనాది నుండి వస్తున్న నమ్మకానికి,

ఇది మరో భాష్యం!

నిర్మల చిత్తం నీకు,

నీ జీవిత కాలం లో లభించక పోతే...

అనాది నుండి వస్తున్న

నమ్మకం ప్రకారం...

నువ్వు మరోరూపంలో ప్రాణం పోసుకుని,

నీ ప్రారబ్ధం అనబడే ఋణాన్ని

తీర్చాల్సి వస్తుందని,

పారదర్శకంగా చూపించగలిగే శక్తి...

ఎవ్వరికీ లేదు.

కాని.... ఒక్కటి మాత్రం...

ఖచ్చితంగా చెప్పొచ్చు.

నీ భావచైతన్యాల నాణ్యతను...

ప్రతి క్షణం... ప్రవర్ధమానం చేస్తే,

మేలేగాని కీడు జరగదు.

అదే ఈ భాష్యం యొక్క ముఖ్యోద్దేశ్యం!

***

సారాంశం: పునర్జన్మల గురించి కొందరు పెద్దలు చెప్పిన భాష్యం ఏమిటంటే, "ఇప్పటి దేహ సృష్టికి గత జన్మ లోని మనిషి యొక్క ప్రారబ్ధం అనబడే కర్మ ఫలితమే కారణం" అని.

ఇంకా వివరంగా చెప్పాలంటే... గత జన్మ లో చేసిన ఋణం లాంటి కర్మ ఫలితం అనుభవించడానికి, ఆ జీవి యొక్క ప్రస్తుత దేహ సృష్టి జరిగిందని అర్థం. దానినే పునర్జన్మ అన్నారు.

ప్రాచీన కాలం నుండీ ప్రచారంలోనున్న ఈ భాష్యం ప్రకారం...

- చావు పుట్టుకల బారినుండి తప్పించుకొనడానికి, మానవుడు తన ప్రారబ్ధ కర్మను నిశ్శేషం చేసుకోవాలి. అంటే... తన భావ చైతన్యాలను (ఆలోచనలు, చేతలను) సరైన పద్ధతి లో నిర్దేశించుకొని నిర్మలమైన చిత్తాన్ని సాధించుకోవాలి.
- ప్రారబ్ధ కర్మ నిశ్శేషం కానంత వరకూ పునర్జన్మలు పునరావృతమవుతూనే ఉంటాయి.
- ఏజన్మలో అయితే ప్రారబ్ధ కర్మ నివృత్తియై, నిర్మల చిత్తం లభిస్తుందో, అప్పటి నుండి పునర్జన్మలుండవు.
- పునర్జన్మలు లేకపోవటమే మోక్షం.

అనాదిగా చెప్పబడుతున్న ఈ భాష్యం ఇంతవరకు పారదర్శకంగా నిరూపింపబడలేదు.

ఇటువంటి నేపథ్యంలో, ఈ కవిత చెప్పిన "మరో భాష్యం" ఈ క్రింద ఉదహరించిన విధంగా వివరించబడింది:

- ఒక వ్యక్తి ... గతించిన క్షణం కాలం లో గడిపిన జీవిత భాగం అతని పూర్వ జన్మ అని అన్వయించుకుందాం.
- కనుక ఈ క్షణంలో ఆతను గడుపుతున్న జీవిత భాగం అతని ప్రస్తుత జన్మ.

- మరుక్షణంలో ఆతను గడపబోయే జీవిత భాగం అతని పునర్జన్మ.
- ఈ ప్రక్రియ ఆతను జీవితం చాలించే వరకూ, పునరావృత మౌతుంది.
- ఆతను పుట్టినప్పటినుండి, వర్తమాన క్షణం వరకు గడిపిన అన్ని క్షణాలలోనూ అతని భావ చైతన్యాల (ఆలోచనలు, చేతల) యొక్క నాణ్యత... అతని వర్తమాన జీవితం వరకు గణింపబడ్డ ప్రారబ్ద కర్మ... సశేషమా, నిశ్శేషమా అనే విషయాన్ని నిర్ణయిస్తుంది. ఏ క్షణమైతే అతని ప్రారబ్ధ కర్మ నిశ్శేషమౌతుందో ఆ క్షణం నుంచి అతనికి నిర్మల చిత్తం లభిస్తుంది. "నిర్మల చిత్తమే మోక్షం" అనేది మనం వింటూవస్తున్న నానుడి.
- ఆ క్షణం నుంచి ఆతను.... అనిర్వచనీయమైన, పూర్ణానంద భరితమైన, దుఃఖాతీతమైన జీవితాన్ని అతని ప్రస్తుత జన్మలోనే అనుభవిస్తాడు.
- అతని ప్రారబ్ధ కర్మ సశేషమవుతూ ఉంటే, అతనికి నిర్మల చిత్తం లభించక, ఆ కర్మ ఫలితాన్ని తనువు చాలించే వరకు అనుభవిస్తూనే ఉంటాడు.
- "ఈ భాష్యం ప్రకారం, మనిషి ప్రస్తుతం ఉన్నతనువు చాలించి ప్రారబ్ధ కర్మ ను అనుభవించడానికి మరో

జన్మ ఎత్తనక్కర లేదు. మనిషి తన ప్రారబ్ధ కర్మ ఫలితాన్ని, మంచిదైనా చెడ్డదైనా, ఈజన్మలోనే అనుభవిస్తాడు" అనేదే ఈ కవిత యొక్క సారాంశం.

ఈ భాష్యం ఏమి చెప్పినప్పటికీ "మనిషి తన భావ చైతన్యాల నాణ్యతను క్షణం క్షణం పెంపొందించుకుంటూ ఉంటే, మేలేగాని కీడు జరగదు" అనే విషయాన్ని ఖచ్చితంగా గమనించ వచ్చును. ఇదే ఈ కవిత యొక్క ముఖ్యోద్దేశం. ప్రతి క్షణం మన ఆలోచనలలోనూ, చేతల లోనూ జాగరూకతను పాటించవలసిన అవసరాన్ని ఈ కవిత అంతర్గతంగా విశదీకరిస్తున్నది.

***

ఈ కవితా సంపుటి ఇంతటితో ముగిసింది

మనోప్రస్థానం